MW00855848

はじめての日本語能力試験

N4単語1500

1500 Essential Vocabulary for the JLPT N4

アークアカデミー

英語・ベトナム語訳 + 赤シート

with English Translation
kèm bản dịch tiếng Việt

はじめに

この本は、日本語能力試験のレベル別シリーズの一冊となっており、本書はN４合格を目指すためのものです。

日本語能力試験によく取り上げられ、毎日の暮らしにも役立つ単語をリストアップしました。チャプター・セクションごとにテーマがあり、それぞれの場面をイメージして学べます。英語とベトナム語の対訳がついているので、単語や例文の意味もスムーズに確認することができます。N４レベルの基本単語に加え、「同義語」「反義語」「関連語・類義語」、コラムに挙げた単語・表現を含め、約1,500語を収録しました。

すべての漢字にルビがついているので、辞書なしで勉強できるのも魅力です。また、赤シート、単語と例文の音声、チャプターごとの模擬試験も用意しました。

日本で学習している方はもちろん、日本以外の国で学習している方にもイメージしやすい内容になっています。この単語帳は試験対策だけではなく、日本語を学習する皆さんにとって心強い一冊になります。合格を心から祈っています。

2016年5月

著者一同

Introduction

This series is divided into levels corresponding to the levels of the Japanese Language Proficiency Test. This volume is for learners aiming to pass the N4 level of the JLPT.

This book presents vocabulary words found commonly on the Japanese Language Proficiency Test and used in daily life in Japan. Each section of every chapter has its own theme to help you study efficiently while visualizing each setting. English and Vietnamese translations are included so you can study smoothly and with ease. Along with the basic vocabulary for the N4 level, the book presents 1,500 words including synonyms, antonyms, related words and quasi-synonyms, as well as words and phrases mentioned in the column.

This book also includes the readings for all of the kanji, so we hope that you are able to make use of this handbook of sorts without the additional aid of any dictionary. Furthermore, a red sheet and audio files for every vocabulary word and example sentence have been provided for further assistance, along with practice tests for each chapter.

These books are easy to follow and understand for those studying both inside and outside of Japan. We strongly hope that they serve to not only help you prepare for the JLPT, but also help with you study of Japanese.

May 2016

From the Authors

Lời nói đầu

Đây là một quyển thuộc bộ sách được chia theo cấp độ của Kỳ thi Năng lực Nhật ngữ và quyển sách này dành cho các bạn đang hướng đến mục tiêu thi đậu N4.

Chúng tôi đã lọc ra một danh sách các từ vựng thường xuất hiện trong Kỳ thi Năng lực Nhật ngữ cũng như có ích trong sinh hoạt thường ngày. Có đề tài theo từng chương, phần, để các bạn có thể vừa hình dung từng tình huống vừa học. Vì có kèm theo bản dịch tiếng Anh và tiếng Việt nên các bạn có thể kiểm tra ý nghĩa của từ vựng và câu ví dụ một cách dễ dàng. Có khoảng 1,500 từ bao gồm phần "Từ đồng nghĩa", "Từ trái nghĩa", "Từ liên quan – Từ tương đương" của các từ vựng căn bản cấp độ N4 và từ vựng, mẫu câu được đưa ra ở Góc kiến thức.

Tất cả chữ Kanji đều có phiên âm cách đọc nên bạn có thể học mà không cần đến tự điển cũng là điểm hấp dẫn của cuốn sách này.

Ngoài ra, chúng tôi cũng đã chuẩn bị cả tấm bìa đỏ, phần phát âm từ vựng và câu ví dụ, bài thi thử trong từng chương.

Đây là bộ sách có nội dung mà đương nhiên các bạn đang học tập tại Nhật và cả các bạn đang học tại các nước ngoài Nhật Bản đều có thể hình dung dễ dàng. Sổ tay từ vựng này không chỉ là đối sách luyện thi mà còn là một quyển sách hỗ trợ tinh thần mạnh mẽ cho các bạn học tập tiếng Nhật. Chúng tôi thành tâm chúc các bạn thi đậu.

Tháng 5 năm 2016

Nhóm tác giả

この本の使い方

How to use this book / Cách sử dụng quyển sách này

▶ テーマ別単語学習

Study vocabulary by theme / Học từ vựng theo đề tài

日本語能力試験で取り上げることが多い単語がテーマ別にチャプター・セクションでまとめられています。チャプターの順どおりに進めてもいいですし、興味のあるチャプターから始めてもいいでしょう。

Vocabulary words often used on the Japanese Language Proficiency Test are divided into various themes organized into chapters and sections for ease of study. You may progress sequencially through each chapter, or skip begin from whatever chapter interests you.
Những từ vựng xuất hiện nhiều trong kỳ thi năng lực tiếng Nhật sẽ được tóm tắt theo đề tài trong từng chương - mục. Bạn có thể học theo thứ tự chương hay bắt đầu từ chương nào bạn thích cũng được.

▶ 模擬試験で腕試し

Use the practice test to gauge your progress / Thử sức với bài thi thử

日本語能力試験の語彙問題の模擬試験がウェブサイトにあります（PDF / オンライン)。くわしくはウェブサイトをご覧ください。

http://www.ask-support.com/japanese/

The Japanese Language Proficiency Test practice test is available at our website for pdf download or use online. Please see the website for more details.
Bài thi thử môn Từ vựng của kỳ thi năng lực tiếng Nhật có trên trang web (PDF/ trực tuyến). Vui lòng xem trang web để biết thêm chi tiết.

▶ 赤シートの活用

Using the red sheet / Sử dụng hiệu quả tấm bìa đỏ

付属の赤シートで、単語と例文中の単語を隠して学習できます。訳を参照して、隠れている語がすぐに思い出せるか確認しましょう。

Use the included red sheet to hide vocabulary words and example sentences for studying. Try showing the translation while trying to guess the hidden vocabulary word.
Bạn có thể học từ vựng và từ vựng trong câu ví dụ bằng cách che chúng bằng tấm bìa đỏ kèm theo sách này. Tham chiếu với phần dịch và kiểm tra xem mình có nhớ ra ngay từ đã che hay không.

▶ 音声の活用

Using the audio files / Sử dụng hiệu quả phần âm thanh

単語と例文の音声がウェブサイトにあります(mp3 / オンライン)。くわしくはウェブサイトをご覧ください。http://www.ask-support.com/japanese/

Audio files for the vocabulary words and example sentences are available on the website in mp3 files and for use online. Please see the website for more details.
Phần phát âm từ vựng và câu ví dụ có ở trang web (mp3/ trực tuyến). Vui lòng xem trang web để biết thêm chi tiết.

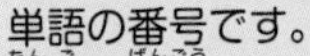

単語の番号です。
This is the vocabulary word number.
Số thứ tự của từ vựng.

覚えたら、チェックボックスにチェックを入れましょう。
If you have memorized it, check the box.
Nếu nhớ rồi, hãy đánh dấu vào ô vuông.

単語の品詞です。
This is the part of speech of the vocabulary word.
Từ loại của từ vựng.

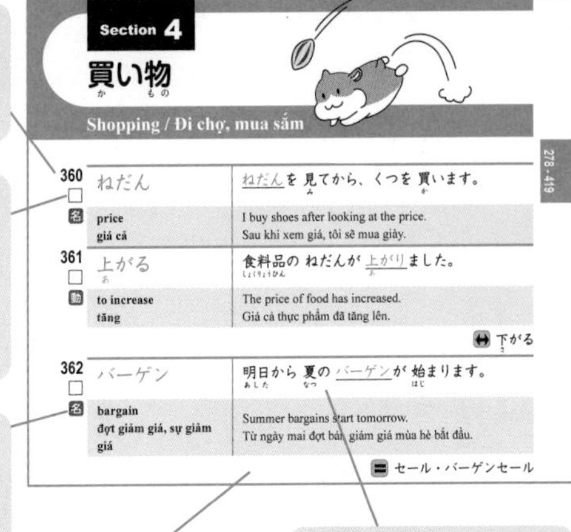

Section 4
買い物
Shopping / Đi chợ, mua sắm

278-419

360 □ 名	ねだん price giá cả	ねだんを見てから、くつを買います。 I buy shoes after looking at the price. Sau khi xem giá, tôi sẽ mua giày.
361 □ 動	上がる to increase tăng	食料品の ねだんが 上がりました。 The price of food has increased. Giá cả thực phẩm đã tăng lên. ⟷ 下がる
362 □ 名	バーゲン bargain đợt giảm giá, sự giảm giá	明日から 夏の バーゲンが 始まります。 Summer bargains start tomorrow. Từ ngày mai đợt bán giảm giá mùa hè bắt đầu. ＝ セール・バーゲンセール

太字は自動詞・他動詞の助詞です。
The word in bold is the particle for the transitive or intransitive verb.
Chữ đậm là trợ từ của tự động từ - tha động từ.

一緒に覚える単語と、注意点や説明などです。
These are related vocabulary words, points to keep in mind and explanations.
Từ vựng nhớ cùng nhau, và các điểm cần lưu ý, giải thích v.v.

＋：関連語・類義語など
Related words or similar words
Từ liên quan - Từ tương đương v.v.

＝：同義語　Synonyms / Từ đồng nghĩa

⟷：反義語　Antonyms / Từ trái nghĩa

👉：注意点や説明
Points to keep in mind or explanations
Điểm cần lưu ý và giải thích

▶ この本で使用する品詞の一覧

All of the parts of speech used in this book
Danh sách từ loại sử dụng trong sách này

名：名詞　Noun / Danh từ

副：副詞　Adverb / Phó từ

動：動詞　Verb / Động từ

接続：接続詞　Conjunction / Từ nối

ナ形：ナ形容詞　Na-adjective / Tính từ loại "Na" (Hình dung từ "Na")

イ形：イ形容詞　I-adjectives / Tính từ loại "I" (Hình dung từ "I")

連体：連体詞　Adnominal adjective / Liên thể từ

目次(もくじ) Table of contents / Mục lục

N4

Chapter 1

私(わたし)たちの 毎日(まいにち)

My Every Day
Mỗi ngày của chúng tôi

Section 1

時間(じかん)

Time / Thời gian

1	□	たった今(いま)	電車(でんしゃ)は たった今(いま) 出(で)た ところです。
	副	**just (now)** **vừa mới, mới tức thì**	The train just left. Tàu điện vừa mới xuất phát.
2	□	今(いま)にも	空(そら)が 暗(くら)くなって、今(いま)にも 雨(あめ)が 降(ふ)りそうです。
	副	**at any time, at any moment** **ngay bây giờ**	The sky is dark, and it looks like it could rain at any moment. Bầu trời trở nên tối, trời có vẻ muốn mưa ngay bây giờ.
3	□	もうすぐ	今(いま) 11 時半(じはん)。もうすぐ ランチの 時間(じかん)です。
	副	**soon** **sắp**	It's now 11:30. It will be lunch time soon. Bây giờ là 11 giờ rưỡi. Sắp đến giờ cơm trưa.
4	□	さっき	A「山下(やました)さんは？」 B「山下(やました)さんなら、さっき 帰(かえ)りましたよ。」
	副	**just now, a while ago** **lúc nãy**	A: Where is Yamashita-san? B: Yamashita-san went home just now. A: Anh/chị Yamashita đâu? B: Anh/ chị Yamashita (thì) về lúc nãy rồi.
5	□	このごろ	このごろ、寒(さむ)い日(ひ)が 多(おお)いですね。
	名	**recently, these days** **gần đây, dạo này**	There have been many cold days recently. Gần đây, những ngày lạnh nhiều nhỉ.

👍 Used to describe a situation, not actions. / Là từ thể hiện tình trạng, không dùng cho hành động.

6	□	最近(さいきん)	最近(さいきん)、スペイン語(ご)を 勉強(べんきょう)して います。
	名	**recently** **gần đây**	I have been studying Spanish recently. Gần đây, tôi đang học tiếng Tây Ban Nha.

👍 Used to describe not only actions, but also situations.
Không chỉ dùng cho hành động mà cho cả tình trạng.

7 □	この間（あいだ）	A「田中（たなか）さんは 元気（げんき）ですか。」 B「ええ。この間（あいだ） 会（あ）いましたよ。」
名	**just a while ago** **gần đây, cách đây không lâu**	A: Is Tanaka-san doing well? B: Yes. I saw him just a while ago. A: Anh/ chị Tanaka khỏe chứ? B: Vâng. Tôi mới gặp cách đây không lâu đấy.
8 □	今度（こんど）	①今度（こんど）の テストは とても むずかしかった。 ②A「今度（こんど）、お酒（さけ）を 飲（の）みに 行（い）きましょう。」 B「ええ、ぜひ。」
名	**this time; next time** **lần này, lần tới**	① The test this time was really difficult. ② A: Let's go get some drinks next time. B: Yes, let's. ① Bài kiểm tra lần này (đã) rất khó. ② A: Lần tới, đi uống rượu nào. B: Vâng, nhất định.

今度 can be used to mean ① this time or now and ② next or next time.
「今度」có 2 nghĩa: ① là "bây giờ", "lần này". ② là "tiếp theo", "lần tới".

9 □	いつでも	A「食事（しょくじ）するなら、いつが いいですか。」 B「私（わたし）は いつでも いいですよ。」
副	**any time** **khi nào cũng, bất kỳ lúc nào**	A: Since we're going to have a meal, when would be a good time? B: Any time is okay with me. A: Nếu dùng bữa thì khi nào được? B: Tôi thì khi nào cũng được.
10 □	いつか	いつか 家族（かぞく）で 世界旅行（せかいりょこう）を したいです。
副	**some time, some day** **một lúc nào đó, một ngày nào đó**	Some day, I would like to travel around the world with my family. Một ngày nào đó, tôi muốn đi du lịch thế giới với gia đình.
11 □	しょうらい	しょうらい、医者（いしゃ）に なりたいと 思（おも）って います。
名	**future** **tương lai**	I would like to be a doctor in the future. Trong tương lai, tôi muốn trở thành bác sỹ.

＋ 未来（みらい） future / tương lai

しょうらい is used when talking about an individual's future, and 未来 is used when talking about the future on a wider scale of things like countries or the planet.
Trong trường hợp mang tính cá nhân thì dùng「しょうらい」, còn trong trường hợp phạm vi rộng lớn như "đất nước", "trái đất" và có tính chất lâu dài thì dùng「未来」.

12 □ 名	むかし	むかし、ここは 海(うみ)でした。
	past, a long time ago **ngày xưa**	In the past, here was an ocean. Ngày xưa, nơi này là biển.

➕ むかし話(ばなし) folk tale, legend / truyện cổ tích

13 □ 名	ある日(ひ)	ある日(ひ)、家(いえ)の 前(まえ)に 黒猫(くろねこ)が いました。
	one day **một ngày nọ**	One day, there was a black cat in front of the house. Một ngày nọ, có con mèo đen trước nhà.

➕ あるとき one time, at a given time / một lúc nọ・ある人(ひと) a (given) person / một người nọ・ある町(まち) a (given) town / một thành phố nọ・ある国(くに) a (given) country / một đất nước nọ

☞ Used to describe an unspecified day in the past. Also used to express an unrestricted point in time.
Chỉ một ngày không rõ là "khi nào". Dùng để nói về việc xảy ra trong quá khứ. Không chỉ nói về thời gian mà còn dùng với nghĩa "không giới hạn".

14 □ 名	昼間(ひるま)	このあたりは 昼間(ひるま)は 人(ひと)が 多(おお)いですが、夜(よる)は しずかです。
	daytime, day **ban ngày**	This area is full of people during the day, but it's quiet at night. Khu vực này ban ngày thì đông người nhưng buổi tối thì yên tĩnh.

15 □ 名	夕方(ゆうがた)	夕方(ゆうがた)から 強(つよ)い 雨(あめ)が 降(ふ)るそうです。
	evening **chiều tối**	I heard that there will be heavy rain in the evening. Nghe nói từ chiều tối trời sẽ mưa lớn.

16 □ 名	夜中(よなか)	毎日(まいにち)、夜中(よなか)まで 勉強(べんきょう)して います。
	late night **đêm, khuya**	I study late into the night everyday. Hàng ngày, tôi học bài đến tối khuya

➕ 真夜中(まよなか) late at night / nửa đêm

17 □ 名	明日(あす)	明日(あす)の 午後(ごご)までに メールを 送(おく)って ください。
	tomorrow **ngày mai**	Please send the e-mail by noon tomorrow. Cho đến chiều ngày mai, vui lòng gửi e-mail.

〓 明日(あした)

👉 These characters are read as あす in a business context and as あした in general conversation.
Dùng「あす」trong các tình huống công việc, còn「あした」dùng trong hội thoại.

18 ☐ 名	おととい	かぜを ひいて、おとといから 熱(ねつ)が あります。
	the day before yesterday **hôm kia, ngày kia**	I caught a cold, and have had a fever since the day before yesterday. Tôi bị cảm, sốt từ hôm kia.
19 ☐ 名	ゆうべ	ゆうべ、うちで パーティーを しました。
	evening, last night **tối hôm qua**	I had a party at my house last night. Tối hôm qua, tôi đã làm tiệc ở nhà.

〓 きのうの 晩(ばん)・きのうの 夜(よる)

20 ☐ 名	今夜(こんや)	今夜(こんや)は とても 寒(さむ)いです。
	tonight **tối nay**	It is very cold tonight. Đêm nay sẽ rất lạnh.

〓 今晩(こんばん)

21 ☐ 名	今週(こんしゅう)	今週(こんしゅう)は、あまり いそがしくないです。
	this week **tuần này**	I'm not so busy this week. Tuần này tôi không bận rộn lắm.
22 ☐ 名	今月(こんげつ)	今月(こんげつ)、大切(たいせつ)な テストが 3(みっ)つも あります。
	this month **tháng này**	I have three important tests this month. Tháng này có tới 3 bài kiểm tra quan trọng.
23 ☐ 名	再来週(さらいしゅう)	来週(らいしゅう)は いそがしいので、再来週(さらいしゅう) 会(あ)いましょう。
	the week after next **tuần tới nữa (2 tuần sau)**	I'm busy this week, so let's meet the week after next. Vì tuần tới tôi bận, nên tuần tới nữa gặp nhau nhé.
24 ☐ 名	再来月(さらいげつ)	再来月(さらいげつ)から 1年間(ねんかん) ニューヨークへ 行(い)きます。
	the month after next **tháng tới nữa (2 tháng sau)**	I'm going to New York for a year starting from the month after next. Từ tháng tới nữa tôi sẽ đi New York 1 năm.

25	再来年（さらいねん）	再来年（さらいねん）、この国（くに）で オリンピックが あります。
名	**the year after next** **năm tới nữa (2 năm sau)**	The year after next, the Olympics will be held in this country. Năm tới nữa sẽ có Olympic ở nước này.
26	おととし	日本（にほん）へ 来（き）たのは おととしの 4月（がつ）です。
名	**the year before last** **năm kia**	I came to Japan in April of the year before last. Tôi đã đến Nhật vào tháng 4 năm kia.
27	毎週（まいしゅう）	毎週（まいしゅう） 土曜日（どようび）は 友（とも）だちと テニスを して います。
名	**every week** **mỗi tuần, hàng tuần**	I play tennis with my friend on Saturday every week. Thứ Bảy hàng tuần, tôi chơi quần vợt với bạn.
28	毎月（まいつき）	毎月（まいつき） 二十日（はつか）に アルバイト代（だい）が もらえます。
名	**every month** **mỗi tháng, hàng tháng**	I get paid for my part-time job on the 20 of every month. Có thể nhận lương làm thêm vào ngày 20 mỗi tháng.
29	毎年（まいとし）	毎年（まいとし）、クリスマスに 国（くに）へ 帰（かえ）ります。
名	**every year** **mỗi năm, hàng năm**	I return to my country on Christmas of every year. Hàng năm tôi về nước vào dịp Giáng sinh.
30	平日（へいじつ）	平日（へいじつ）は 仕事（しごと）が とても いそがしいです。
名	**weekday** **ngày thường (chỉ thứ Hai~ thứ Sáu)**	I'm very busy at work on weekdays. Ngày thường công việc rất bận rộn.

＋ 週末（しゅうまつ） weekend / cuối tuần

31	最初（さいしょ）	最初（さいしょ）に「あいうえお」を おぼえました。
名	**first** **trước tiên, lúc đầu**	I learned あいうえお first. Trước tiên, tôi ghi nhớ a i u e o.
32	最中（さいちゅう）	テストの 最中（さいちゅう）に 教室（きょうしつ）を 出（で）ては いけません。
名	**in the middle (of doing ~)** **giữa chừng, trong lúc**	Do not leave the classroom during the test. Trong lúc làm kiểm tra, không được ra khỏi lớp học.

33 □	最後（さいご）	このバスは最後（さいご）に東京駅（とうきょうえき）に着（つ）きます。
名	**last** **cuối cùng**	This bus will arrive at Tokyo Station last. Xe buýt này sẽ đến ga Tokyo cuối cùng.
34 □	先に（さき）	A「お昼（ひる）ごはんに行（い）きましょう。」 B「私（わたし）はまだ仕事（しごと）があるので、 先（さき）に行（い）ってください。」
副	**first, before, ahead of** **(làm gì đó) trước**	A: Let's go eat lunch. B: I still have some work to do, so please go ahead of me. A: Chúng ta đi ăn trưa nào. B: Vì tôi vẫn còn công việc, bạn hãy đi trước đi.

Section 2

家族（かぞく）

Family / Gia đình

35 ☐ 名

夫（おっと）	夫（おっと）は 毎日（まいにち） おそくまで 仕事（しごと）を して います。
husband **người chồng, chồng tôi**	My husband works late everyday. Chồng tôi hàng ngày làm việc về trễ.

➕ 主人（しゅじん） my husband / chồng tôi

☞ Other people's husbands are referred to as ご主人 / Chồng của người khác là「ご主人」

36 ☐ 名

妻（つま）	妻（つま）は カレーが 大好（だいす）きです。
wife **người vợ, vợ tôi**	My wife loves curry. Vợ tôi rất thích cà ri.

➕ 家内（かない） my wife / vợ tôi

☞ Other people's wives are referred to as おくさん / Vợ của người khác là「おくさん」

37 ☐ 名

両親（りょうしん）	両親（りょうしん）は イギリスに 住（す）んで います。
parents **cha mẹ**	My parents live in England. Cha mẹ tôi sống ở Anh.

38 ☐ 名

むすこ	むすこは 小学校（しょうがっこう）から サッカーを やって います。
son **con trai**	My son has been playing soccer since elementary school. Con trai tôi chơi bóng đá từ thời tiểu học.

☞ Other people's sons are referred to as むすこさん . / Con trai của người khác là「むすこさん」.

39 ☐ 名

むすめ	むすめは 勉強（べんきょう）より スポーツのほうが 好（す）きです。
daughter **con gái**	My daughter likes sports more than studying. Con gái tôi thích thể thao hơn việc học.

☞ Other people's daughters are referred to as むすめさん or おじょうさん .
Con gái của người khác là「むすめさん」、「おじょうさん」.

40 ☐ 名

お子（こ）さん	先生（せんせい）の お子（こ）さんは 今（いま） 中学生（ちゅうがくせい）ですか。
child, children **con (kính ngữ)**	Is your child now a junior high school student? Con của thầy/cô bây giờ là học sinh phổ thông phải không?

41	祖父（そふ）	祖父（そふ）は小学校（しょうがっこう）の先生（せんせい）でした。
名	**grandfather** **ông tôi**	My grandfather was an elementary school teacher. Ông tôi đã từng là giáo viên trường tiểu học.

➕ おじいさん grandfather, elderly man / ông

おじいさん can be used outside of the family to mean a elderly man.
Có thể dùng「おじいさん」cho cả người đàn ông lớn tuổi không phải người trong gia đình.

42	祖母（そぼ）	私（わたし）は祖母（そぼ）が大好（だいす）きです。
名	**grandmother** **bà tôi**	I love my grandmother. Tôi rất yêu bà tôi.

➕ おばあさん grandmother, elderly woman / bà

おばあさん can be used outside of the family to mean a elderly woman.
Có thể dùng「おばあさん」cho cả người phụ nữ lớn tuổi không phải người trong gia đình.

43	まご	祖父（そふ）と祖母（そぼ）にはまごが８人（にん）います。
名	**grandchild** **cháu**	My grandfather and grandmother have eight grandchildren. Ông bà tôi có 8 người cháu.

Other people's grandchildren are referred to as おまごさん.
Cháu của người khác là「おまごさん」.

44	おじ	このおじは母（はは）の弟（おとうと）です。
名	**uncle** **bác tôi, chú tôi, cậu tôi**	This uncle is my mother's younger brother. Người cậu này là em trai của mẹ tôi.

➕ おじさん uncle, middle-aged man / bác, chú, cậu

おじさん can be used outside of the family to mean a middle-aged man.
Có thể dùng「おじさん」cho cả người đàn ông trung niên không phải người trong gia đình.

Section 2

45 名	おば	おばは とても 料理(りょうり)が 上手(じょうず)です。
	aunt **bác tôi, cô tôi, dì tôi**	My aunt is very good at cooking. Cô tôi nấu ăn rất giỏi.

➕ おばさん aunt, elderly woman / bác, cô, dì

☞ おばさん can be used outside of the family to mean a middle-aged woman.
Có thể dùng「おばさん」cho cả người phụ nữ trung niên không phải người trong gia đình.

46 名	親(しん)せき	姉(あね)の 結婚式(けっこんしき)に 親(しん)せきが たくさん 来(き)ます。
	relatives **bà con, họ hàng**	Many of my relatives are going to attend my older sister's wedding. Nhiều người bà con sẽ đến dự lễ kết hôn của chị tôi.

47 名	ペット	この アパートで ペットは 飼(か)えません。
	pet **thú cưng, vật nuôi**	You cannot have any pets in this apartment. Không thể nuôi thú cưng ở căn hộ chung cư này.

➕ ペットショップ pet shop / cửa hàng bán thú cưng

48 動	似(に)る	私(わたし)は 母(はは)に、姉(あね)は 父(ちち)に 似(に)て います。
	to look similar to, to resemble **giống nhau, tương tự nhau**	I look like my mother and my older sister resembles my father. Tôi giống mẹ, chị tôi giống cha.

☞ Usually used in the form 似ている in actual sentences.
Trong câu thường dùng「似ている」, không dùng「似る」.

49 動	(心配(しんぱい)を)かける	両親(りょうしん)に 心配(しんぱい)を かけては いけません。
	to make worry, to cause to worry **làm cho (lo lắng), gây (lo lắng)**	You mustn't make your parents worry. Không được làm cho cha mẹ lo lắng.

50 動	しかる	子(こ)どもの とき、母(はは)に よく しかられました。
	to scold **la, mắng, rầy**	I was often scolded by my mother when I was a child. Khi còn nhỏ, tôi thường bị mẹ mắng.

51 □ 動	ほめる	テストで 100点(ひゃくてん)を とって、父(ちち)に ほめられました。
	to praise **khen, khen ngợi**	I got 100 points on the test, and my father praised me. Tôi đạt 100 điểm bài kiểm tra nên được cha khen.
52 □ 動	飼(か)う	うさぎを 飼(か)って みたいです。
	to own, to have **nuôi (thú)**	I want to own a rabbit. Tôi muốn thử nuôi một con thỏ.

Section 3

家（いえ）

Home / Nhà

53	□	アパート	今（いま）の アパートは 前（まえ）の ところより 広（ひろ）いです。
	名	**apartment** **phòng trọ, căn hộ chung cư**	My current apartment is much more spacious than my old one. Phòng trọ bây giờ rộng hơn chỗ lúc trước.
54	□	マンション	うちの マンションは 駅（えき）から 歩（ある）いて 3分（ぷん）です。
	名	**condominium** **chung cư cao tầng, căn hộ chung cư**	My condominium is a three-minute walk from the station. Chung cư của tôi cách nhà ga 3 phút đi bộ.
55	□	家賃（やちん）	来月（らいげつ）から 家賃（やちん）が 少（すこ）し 高（たか）くなります。
	名	**rent** **tiền nhà**	Rent is going to be a little higher starting next month. Từ tháng tới, tiền nhà sẽ tăng lên một chút.
56	□	管理人（かんりにん）	マンションには いつも 管理人（かんりにん）さんが います。
	名	**custodian** **người quản lý**	There is always a custodian in my condominium building. Ở chung cư lúc nào cũng có người quản lý.
57	□	住所（じゅうしょ）	田中（たなか）さんの 住所（じゅうしょ）を 知（し）って いますか。
	名	**address** **địa chỉ**	Do you know Tanaka-san's address? Bạn có biết địa chỉ của anh/ chị Tanaka không?
58	□	建（た）てる	しょうらい、大（おお）きい 家（いえ）を 建（た）てたいです。
	動	**to build/to raise** **xây, xây dựng**	In the future, I want to build a big house. Trong tương lai, tôi muốn xây một ngôi nhà lớn.
59	□	建（た）つ	となりに 大（おお）きい ビルが 建（た）ちました。
	動	**to be built** **được xây, được dựng lên**	A big building was built next door. Một tòa nhà lớn đã được xây lên bên cạnh.

60 □ 動	立てる (た)	ドアの ところに かさを 立てて (た) おきます。
	to stand (something) dựng, để đứng.	I stood my umbrella by the door. Dựng sẵn cây dù ở chỗ cửa ra vào.
61 □ 動	立つ (た)	家 (いえ) の 前 (まえ) に 大 (おお) きい 木 (き) が 立 (た) って います。
	to stand (up) đứng	There is a big tree standing in front of the house. Có một cái cây lớn (mọc) đứng trước nhà.
62 □ 名	ひっこし〈する〉	明日 (あした) は ひっこしです。
	moving việc dọn nhà, chuyển chỗ ở	I'm moving tomorrow. Ngày mai tôi sẽ chuyển chỗ ở.
		➕ ひっこす to move / dọn nhà, chuyển chỗ ở
63 □ 動	うつす	となりの 部屋 (へや) に テーブルを うつしました。
	to move/to relocate (something) chuyển sang	I moved the table to the room next door. Tôi đã chuyển cái bàn sang phòng bên cạnh.
64 □ 動	うつる	駅前 (えきまえ) の ビルに 郵便局 (ゆうびんきょく) が うつります。
	to move/to relocate được chuyển sang	The post office moves to the building in front of the station. Bưu điện sẽ được chuyển sang tòa nhà trước nhà ga.
65 □ 名	自宅 (じたく)	これは 私 (わたし) の 自宅 (じたく) の 電話番号 (でんわばんごう) です。
	one's home nhà riêng	This is my home phone number. Đây là số điện thoại nhà riêng của tôi.
66 □ 名	お宅 (たく)	先生 (せんせい) の お宅 (たく) は どちらですか。
	residence nhà riêng (kính ngữ)	Where is the teacher’s residence? Nhà riêng của thầy/cô ở đâu ạ?
67 □ 名	訪問 (ほうもん)〈する〉	明日 (あした)、友 (とも) だちの 家 (いえ) を 訪問 (ほうもん) します。
	visit sự thăm viếng, chuyến viếng thăm	Tomorrow, I am going to visit my friend’s house. Ngày mai tôi sẽ đến thăm nhà bạn tôi.

68 ☐ 名	招待〈する〉 (しょうたい) **invitation** **lời mời, sự chiêu đãi**	今度の 週末、友だちを 家に 招待します。 I am going to invite my friend to my house this weekend. Cuối tuần này, tôi sẽ mời bạn tôi đến nhà.
		➕ 招待状 (しょうたいじょう) invitation, letter of invitation / thiệp mời, thư mời
69 ☐ 名	近所 (きんじょ) **nearby area, neighborhood** **hàng xóm, láng giềng, gần nhà**	近所に 有名人が 住んで います。 A famous person lives nearby here. Gần nhà tôi có người nổi tiếng sinh sống.
70 ☐ 名	周り (まわ) **around** **chung quanh**	家の 周りに さくらの 木が あります。 There are cherry blossoms around the house. Chung quanh nhà có cây hoa anh đào.
71 ☐ 名	げんかん **entranceway** **lối vào nhà**	げんかんに くつが たくさん あります。 There are many shoes in the entranceway. Lối vào nhà có rất nhiều giày.
72 ☐ 名	入り口 (いぐち)（入口 (いりぐち)） **entrance** **cửa vào**	入り口で 部屋の 番号を 押して ください。 Please enter the room number at the entrance. Vui lòng nhấn số phòng ở cửa vào.
		↔ 出口 (でぐち)
73 ☐ 動	（かぎを）かける **to lock (a door, etc.)** **khóa (cửa)**	出かける ときは かぎを かけて ください。 Please lock the door when you go out. Khi đi ra ngoài, hãy vui lòng khóa cửa.
74 ☐ 動	（かぎが）かかる **to be locked** **(cửa) khóa**	げんかんの ドアは かぎが かかって います。 The door in the entranceway is locked. Cửa ở lối vào nhà đã được khóa.
75 ☐ 名	かべ **wall** **tường**	部屋の かべを 明るく したいです。 I want to make the walls in the room brighter. Tôi muốn làm tường của căn phòng sáng lên.

76 ☐ 名	ろう下(か)	この ろう下(か)の 右(みぎ)に トイレが あります。
	hallway hành lang	There is a bathroom on the right in this hallway. Bên phải hành lang này có nhà vệ sinh.
77 ☐ 名	台所(だいどころ)	うちの 台所(だいどころ)は 使(つか)いやすいです。
	kitchen nhà bếp, phòng bếp	My kitchen is easy to use. Phòng bếp nhà tôi dễ sử dụng.

= キッチン

The K in 1Kのアパート means kitchen. / "K" trong「1K のアパート」là "kitchen" (nhà bếp).

78 ☐ 名	水道(すいどう)	水道(すいどう)の 水(みず)を 飲(の)んでも だいじょうぶです。
	water supply, tap nước máy, hệ thống nước máy	You can drink the water from the tap. Uống nước máy cũng được.
79 ☐ 名	ガス	地震(じしん)で ガスが 止(と)まって しまいました。
	gas ga	The gas stopped due to an earthquake. Vì động đất nên ga đã tắt (ngừng).

Section 4

部屋（へや）

Room / Phòng

80 □ 名

和室（わしつ）	私（わたし）は 和室（わしつ）が 好（す）きです。
Japanese-style room **phòng kiểu Nhật**	I like Japanese-style rooms. Tôi thích phòng kiểu Nhật

⇔ 洋室（ようしつ）

＋ 和服（わふく） Japanese-style clothing / trang phục kiểu Nhật・和風（わふう） Japanese-style / kiểu Nhật

☞ 和 refers to things that are Japanese. /「和」(wa- Hòa) chỉ những gì thuộc về Nhật Bản.

81 □ 名

たたみ	たたみの 部屋（へや）が ある アパートに 住（す）みたいです。
tatami mat, Japanese straw floor covering **chiếu**	I want to live in an apartment that has tatami mats. Tôi muốn sống ở căn hộ có phòng chiếu.

82 □ 名

押（お）し入（い）れ	部屋（へや）に 押（お）し入（い）れが あると、便利（べんり）です。
closet **tủ âm tường**	Having closets in the room is convenient. Có tủ âm tường trong phòng thì tiện lợi.

83 □ 名

ふとん	私（わたし）は ベッドより ふとんの ほうが 好（す）きです。
futon, bed mat **nệm, chăn đắp**	I prefer a futon to a bed. Tôi thích nệm hơn giường.

84 □ 名

ガラス	窓（まど）ガラスを きれいに しましょう。
glass **kính**	Let’s clean the window glass. Hãy làm sạch kính cửa sổ nào.

85 □ 名

カーテン	明（あか）るい 色（いろ）の カーテンを 買（か）います。
curtain **màn cửa**	I'm going to buy brightly colored curtains. Tôi sẽ mua màn cửa màu sáng.

86 □

すみ	部屋（へや）の すみに つくえを 置（お）いて います。

名	corner, nook góc	There is a desk in the corner of the room. Tôi đặt cái bàn ở góc phòng.
87 □	家具（かぐ）	私（わたし）は 木（き）の 家具（かぐ）が 好（す）きです。
名	furniture gia dụng	I like wooden furniture. Tôi thích đồ gia dụng bằng gỗ.
88 □	たな	たなには DVD（ディーブイディー）が 置（お）いて あります。
名	shelf kệ	There are DVDs on the shelf. Trên kệ có để DVD.

➕ 本（ほん）だな bookshelf / kệ sách

89 □	組（く）み立（た）てる	この ベッドは 自分（じぶん）で 組（く）み立（た）てて ください。
動	assemble lắp ráp	Please assemble this bed on your own. Bạn hãy tự mình lắp ráp cái giường này.

➕ 組（く）み立（た）て式（しき） ready-to-assemble / kiểu lắp ráp

90 □	引（ひ）き出（だ）し	パスポートは つくえの 引（ひ）き出（だ）しの 中（なか）に あります。
名	drawer ngăn kéo	The passport is inside of the drawer in the desk. Hộ chiếu ở trong ngăn kéo của cái bàn.
91 □	片（かた）づける	友（とも）だちが 来（く）るので、部屋（へや）を 片（かた）づけました。
動	to clean up dọn dẹp	My friend is coming, so I cleaned my room. Vì bạn tôi sẽ đến nên tôi đã dọn dẹp phòng ốc.
92 □	片（かた）づく	いつも 部屋（へや）が 片（かた）づいて います。
動	to be cleaned up được dọn dẹp, ngăn nắp	The room is always neat and clean. Lúc nào phòng cũng được dọn dẹp ngăn nắp.

➕ 片（かた）づけ cleaning / việc dọn dẹp・あと片（かた）づけ cleaning up after someone else / việc dọn dẹp (sau khi làm gì đó)

93 □	整理（せいり）〈する〉	つくえの 上（うえ）を きれいに 整理（せいり）して ください。
名	organization sự sắp xếp	Please clean and organize the top of the desk. Hãy sắp xếp trên bàn cho đẹp.

➕ 整理（せいり）せいとん keeping things tidy and in order / sự ngăn nắp trật tự

94 □ 動	動(うご)かす **to move, to make move** **dịch chuyển, di chuyển**	みんなで 大(おお)きい テーブルを 動(うご)かします。 Everyone moves the big table together. Mọi người cùng dịch chuyển cái bàn lớn.
95 □ 動	動(うご)く **to move** **chuyển động, hoạt động**	エレベーターが 動(うご)いて います。 The elevator is moving. Thang máy đang hoạt động.
96 □ 名	花(か)びん **flower vase** **bình hoa**	家(いえ)には 小(ちい)さい 花(か)びんしか ありません。 I only have a small flower vase at home. Ở nhà chỉ có bình hoa nhỏ.
97 □ 名	カレンダー **calendar** **lịch**	かわいい 猫(ねこ)の カレンダーを 買(か)いました。 I bought a cute cat calendar. Tôi đã mua lịch có hình con mèo dễ thương.
98 □ 名	ポスター **poster** **áp phích**	犬(いぬ)の ポスターが ほしいです。 I want a poster of a dog. Tôi muốn có tờ áp phích hình con chó.
99 □ 動	かざる **to decorate** **trang hoàng, trang trí**	げんかんに 花(はな)を かざりたいです。 I want to decorate the entranceway with flowers. Tôi muốn trang trí hoa ở lối vào nhà.
100 □ 動	はる **to post** **dán**	れいぞう庫(こ)に メモを はって います。 There is a memo posted on the refrigerator. Tôi dán tờ ghi chú lên tủ lạnh.
101 □ 動	(絵(え)を) かける **to put/hang up (a picture)** **treo (tranh)**	げんかんに きれいな 絵(え)を かけました。 I put up a pretty picture in the entranceway. Tôi đã treo bức tranh đẹp ở lối vào nhà.
102 □	(カレンダーが) かかる	きれいな カレンダーが かかって いますね。

動	**to hang/to be hung (a calendar)** **(lịch) được treo, có treo**	You have a lovely calendar hanging up. (Có) Treo tờ lịch đẹp nhỉ.
103 □	(いすに) かける	この いすに かけても いいですか。
動	**to sit (in a chair)** **ngồi (xuống ghế)**	May I sit down in this chair? Tôi ngồi xuống ghế này được không?

➕ 座(すわ)る to sit / ngồi

かける is only used for chairs, while 座る can be used for chairs, grass or the floor.
「かける」thì chỉ dùng với ghế, còn「座る」thì không chỉ ghế mà có thể dùng với sàn nhà, bãi cỏ.

104 □	暖房(だんぼう)	今日(きょう)は 寒(さむ)いので、暖房(だんぼう)を つけましょう。
名	**heater** **máy sưởi**	It's cold today, so let's turn on the heater. Vì hôm nay trời lạnh nên hãy mở máy sưởi nào.

↔ 冷房(れいぼう) ➕ エアコン air conditioning / máy điều hòa

105 □	上(あ)げる	ちょっと エアコンの 温度(おんど)を 上(あ)げて ください。
動	**to raise/to increase** **nâng lên, tăng lên**	Please increase the temperature of the air conditioner. Vui lòng tăng nhiệt độ máy điều hòa một chút.

↔ 下(さ)げる

106 □	電源(でんげん)	この 部屋(へや)は 電源(でんげん)が 少(すく)なくて、不便(ふべん)です。
名	**(electrical) power outlet** **ổ cắm điện**	It is inconvenient that there are only a few power outlets in this room. Phòng này ít ổ cắm điện nên bất tiện.
107 □	(電気(でんき)を) つける	部屋(へや)が 暗(くら)いので、電気(でんき)を つけましょう。
動	**to turn on (a light)** **bật (đèn), mở (đèn)**	The room is dark so let's turn on the light. Vì phòng tối nên bật đèn lên nào.
108 □	(テレビが) つく	ここを 押(お)すと、テレビが つきます。
動	**to be on (the TV)** **(tivi) mở, bật**	If you push this here, the TV will turn on. Bấm chỗ này, tivi sẽ bật lên.

109 ☐ 動	消(け)す	教室(きょうしつ)を 出(で)るときは 電気(でんき)を 消(け)して ください。
	to turn off **tắt (cái gì đó)**	When you leave the classroom, please turn off the lights. Khi ra khỏi phòng học, hãy tắt đèn.
110 ☐ 動	消(き)える	電気(でんき)が 消(き)えて いるので、田中(たなか)さんは 部屋(へや)に いないでしょう。
	to be turned off **(cái gì đó) tắt**	The light is off, so Tanaka-san must not be in the room. Vì đèn tắt nên có lẽ anh/ chị Tanaka không ở trong phòng.

Section 5

朝(あさ)から 夜(よる)まで

From Morning until Night / Từ sáng đến tối

111 □ 動	起(お)きる **to get up/to wake up** **thức dậy**	休(やす)みの 日(ひ)は お昼(ひる)ごろ 起(お)きます。 I wake up around lunchtime on my days off. Ngày nghỉ tôi thức dậy vào khoảng trưa.
112 □ 動	起(お)こす **to make get up/to wake (someone) up** **đánh thức**	毎朝(まいあさ)、母(はは)が 私(わたし)を 起(お)こしてくれます。 My mother wakes me up every morning. Mỗi sáng, mẹ đánh thức tôi dậy.
113 □ 名	早起(はやお)き〈する〉 **waking up early** **việc dậy sớm**	毎日(まいにち)、早起(はやお)きしています。 Every morning, I wake up early. Tôi dậy sớm mỗi ngày.
114 □ 名	ねぼう〈する〉 **sleeping in** **việc ngủ nướng, ngủ dậy trễ**	お酒(さけ)を 飲(の)みすぎて、ねぼうしました。 I drank too much alcohol and slept in. Vì uống rượu quá nhiều nên tôi ngủ dậy trễ.

＝ 朝(あさ)ねぼう〈する〉

115 □ 動	みがく **to brush/to polish** **đánh, chải**	1日(にち) 3回(かい)、歯(は)を みがきましょう。 I brush my teeth three times a day. Hãy đánh răng mỗi ngày 3 lần.

＋ 歯(は)みがき〈する〉 brushing one's teeth/to brush one's teeth / việc đánh răng

116 □ 名	ケータイ **cell phone** **điện thoại di động**	朝(あさ)、ケータイを バッグに 入(い)れます。 In the morning, I put my cell phone in the bag. Buổi sáng, tôi cho điện thoại di động vào giỏ xách.

＝ 携帯電話(けいたいでんわ)　＋ スマホ（スマートフォン） smartphone / điện thoại thông minh

Section 5

117 □ 動

鳴る（なる）	ケータイが 大きな 音で 鳴って います。
to ring/to beep reo, kêu, reng	The cell phone is ringing loudly. Điện thoại di động reo với âm thanh lớn.

鳴く is used for animals. / Động vật thì dùng「鳴く」.

118 □ 名

ごみ	ごみは ごみ箱に 入れましょう。
trash rác	Let's put the trash in the trash can. Hãy bỏ rác vào thùng rác.

➕ ごみ箱（ばこ） trash can / thùng rác・生（なま）ごみ raw garbage / rác sống, rác nhà bếp

119 □ 名

びん	この びんに 何が 入って いますか。
bottle bình, chai (thủy tinh)	What's in this bottle? Có cái gì trong bình này?

120 □ 名

カン	カンは 月曜日に 出して ください。
can vỏ lon, vỏ đồ hộp	Please take out the cans on Monday. Vỏ lon (đồ hộp) thì hãy đổ vào ngày thứ Hai.

121 □ 名

ペットボトル	いつも お茶の ペットボトルを 持って います。
plastic bottle chai nhựa	I always have a plastic bottle of tea. Lúc nào tôi cũng đem theo chai nước trà.

122 □ 名

リサイクル	コートを リサイクルに 出しました。
recycle tái sử dụng, tái chế	I recycled my coat. Tôi đã bỏ áo choàng để tái sử dụng (đồ cũ).

➕ リサイクルショップ second-hand shop / cửa hàng tái chế, cửa hàng đồ cũ

123 □ 動

出す（だす）	けさ、ごみを 出すのを わすれました。
to put out, to take out đổ (rác)	I forgot to take out the trash this morning. Sáng nay tôi đã quên đổ rác.

124 □

出る（でる）	10時に バスが 出ます。

動	**to go out, to come out, to be out** **ra khỏi, rời đi, xuất phát, xuất hiện**	The bus will go out at 10:00. Xe buýt sẽ xuất phát lúc 10 giờ.
125 □	もえる	火曜日(かようび)と 金曜日(きんようび)は もえる ごみの 日(ひ)です。
動	**to burn, to combust** **đốt được**	Combustible trash is collected on Tuesdays and Fridays. Thứ Ba và thứ Sáu là ngày đổ rác đốt được.
		➕ もえないごみ non-burnable trash / rác không đốt được
126 □	せっけん	せっけんで 手(て)を 洗(あら)いましょう。
名	**soap** **xà bông, xà phòng**	Be sure to wash your hands with soap. Hãy rửa tay bằng xà bông.
127 □	シャンプー〈する〉	この シャンプーは とても 安(やす)いです。
名	**shampoo** **dầu gội đầu**	This shampoo is very inexpensive. Dầu gội đầu này rất rẻ.
		➕ リンス rinse / dầu xả・コンディショナー conditioner / dầu xả
128 □	せんたく機(き)	うちの せんたく機(き)は 音(おと)が うるさいです。
名	**laundry machine** **máy giặt**	My washing machine makes a lot of noise. Máy giặt nhà tôi tiếng rất ồn.
		➕ コピー機(き) copy machine / máy copy
129 □	せんたく物(もの)	せんたく物(もの)を 片(かた)づけてから 出(で)かけます。
名	**laundry** **đồ giặt**	I'm going out after I do my laundry. Sau khi dọn đồ giặt thì tôi sẽ đi ra ngoài.
130 □	クリーニング	スーツを クリーニングに 出(だ)します。
名	**dry cleaner's, dry cleaning** **tiệm giặt ủi**	I took my suit to the dry cleaner's. Tôi đưa đồ vét ra tiệm giặt ủi.
131 □	タオル	トイレで ピンクの タオルを 使(つか)っています。
名	**towel** **khăn**	In the bathroom, I use the pink towel. Trong nhà vệ sinh tôi sử dụng khăn màu hồng.
		➕ バスタオル bath towel / khăn tắm・スポーツタオル sports towel / khăn thể thao

Section 5

132 □ 動	かわかす	げんかんで かさを かわかして います。
	to dry, to make dry phơi, hong, làm cho khô	I'm drying out my umbrella at the entranceway. Tôi phơi cây dù ở lối vào nhà.
133 □ 動	(タオルが)かわく	天気(てんき)が いいので、もう タオルが かわきました。
	to become dry (towel, etc.) (khăn) khô	The weather is nice, so my towel dried already. Vì trời nắng ráo nên khăn đã khô rồi.
134 □ 名	えさ	毎日(まいにち)、弟(おとうと)が 犬(いぬ)に えさを やって います。
	feed, (pet) food mồi, thức ăn cho vật nuôi	My younger brother gives the dog food everyday. Hàng ngày em trai tôi cho chó ăn.
135 □ 名	世話(せわ)〈する〉	犬(いぬ)を 世話(せわ)するのは とても 楽(たの)しいです。
	looking after, taking care of chăm sóc	Taking care of a dog is really fun. Chăm sóc chó rất vui.

➕ 世話(せわ)になる to be indebted to someone, to receive favor (from someone) / được chăm sóc

136 □ 名	るす	平日(へいじつ)の 昼間(ひるま)は るすが 多(おお)いです。
	being away from home sự vắng nhà	I'm often out of the house during weekdays. Tôi thường vắng nhà vào ban ngày những ngày thường.
137 □ 名	宅配便(たくはいびん)	るすの 間(あいだ)に 宅配便(たくはいびん)が 来(き)たようです。
	express home delivery service bưu phẩm, chuyển phát	It seems that a delivery came for me while I was out of the house. Hình như trong lúc tôi vắng nhà thì có bưu phẩm đến.
138 □ 動	とどく	国(くに)から 手紙(てがみ)が とどきました。
	to arrive, to be delivered được gửi đến, đến nơi	A letter arrived from my country. Thư (gửi) từ nước tôi đã đến.
139 □ 動	とどける	荷物(にもつ)を とどけて もらいました。
	to send, to deliver đem đến, phát (hàng hóa)	I had my baggage delivered. Tôi đã được phát hàng (bưu phẩm).

140 日記（にっき） 名
小学生（しょうがくせい）の ときから 日記（にっき）を つけて います。
diary / nhật ký
I've been writing a diary since I was an elementary school student.
Tôi viết nhật ký từ khi là học sinh tiểu học.

日記をつける is used more often than 日記を書く to mean "write in a diary."
「日記をつける」thường được dùng hơn so với「日記を書く」.

141 ねむる 動
たくさん 運動（うんどう）すると、よく ねむれます。
to sleep / ngủ
If you exercise a lot, you will be able to sleep well.
Hễ vận động nhiều thì sẽ ngủ ngon.

142 生活（せいかつ）〈する〉 名
日本（にほん）の 生活（せいかつ）は たいへんですが、とても 楽（たの）しいです。
life, lifestyle / sinh hoạt, cuộc sống
Live in Japan is hard but also really fun.
Cuộc sống ở Nhật vất vả nhưng rất vui.

143 暮（く）らす 動
ずっと 日本（にほん）で 暮（く）らしたいと 思（おも）って います。
to live / sống, sinh sống
I would like to live in Japan my whole life.
Tôi muốn sống luôn ở Nhật.

＋ 暮（く）らし livelihood / đời sống

144 習慣（しゅうかん） 名
毎朝（まいあさ）、りんごジュースを 飲（の）むのが 習慣（しゅうかん）です。
habit / thói quen
I have a habit of drinking apple juice every morning.
Uống nước táo mỗi sáng là thói quen (của tôi).

＋ 生活習慣（せいかつしゅうかん） life habit / thói quen sinh hoạt

N4

Chapter 2

勉強と仕事
べんきょう　しごと

Studying and Work
Việc học và công việc

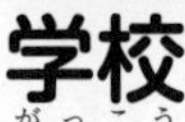

学校

がっこう

School / Trường học

145 □ 名

小学校
しょうがっこう

日本の小学校は１年生から６年生までです。
にほん　しょうがっこう　ねんせい　ねんせい

elementary school
trường tiểu học (cấp I)

Japanese elementary schools are from grades one to six.
Trường tiểu học của Nhật có từ lớp 1 đến lớp 6.

➕ 小学生（しょうがくせい） elementary school student / học sinh tiểu học

146 □ 名

中学校
ちゅうがっこう

山下さんは中学校でフランス語を勉強しました。
やました　ちゅうがっこう　ご　べんきょう

junior high school, middle school
trường trung học cơ sở (cấp II)

Yamashita-san studied French in middle school.
Anh/ chị Yamashita đã học tiếng Pháp ở trường cấp II.

➕ 中学生（ちゅうがくせい） junior high school student, middle school student / học sinh trung học cơ sở

147 □ 名

高校
こうこう

今でも高校の友だちと会います。
いま　こうこう　とも　あ

high school
trường trung học phổ thông (cấp III)

Even now, I still meet up with my friends from high school.
Đến bây giờ tôi vẫn gặp bạn thời trung học.

➕ 高校生（こうこうせい） high school student / học sinh trung học phổ thông

148 □ 名

ようち園
えん

ようち園から子どもたちの声が聞こえます。
えん　こ　こえ　き

kindergarten
mẫu giáo

I can hear children's voices from the kindergarten.
Có thể nghe được tiếng trẻ em từ trường mẫu giáo.

➕ 保育園（ほいくえん） nursery school / nhà trẻ

149 □ 名

専門学校
せんもんがっこう

音楽の専門学校に入学します。
おんがく　せんもんがっこう　にゅうがく

specialized training college, post-secondary course
trường dạy nghề

I'm going to enroll in a specialized training college for music.
Tôi sẽ vào học trường dạy nghề âm nhạc.

150 □ 名

入学（にゅうがく）〈する〉

妹（いもうと）が 中学校（ちゅうがっこう）に 入学（にゅうがく）します。

enrollment
sự nhập học, vào trường

My little sister just entered junior high school.
Em gái tôi sẽ vào trường cấp II.

➕ (学校（がっこう）に)入（はい）る to get into (a school) / vào học・入学式（にゅうがくしき） school entrance ceremony / lễ nhập học・新入生（しんにゅうせい） new student, freshman / học sinh mới vào trường (thường chỉ học sinh đầu cấp như lớp 1)

151 □ 名

卒業（そつぎょう）〈する〉

父（ちち）は 30（さんじゅう） 年前（ねんまえ）、この高校（こうこう）を 卒業（そつぎょう）しました。

graduation
sự tốt nghiệp

My father graduated from this high school 30 years ago.
Cha tôi đã tốt nghiệp trường trung học này 30 năm trước.

➕ (学校（がっこう）を)出（で）る to leave (a school) / rời (khỏi trường)・卒業式（そつぎょうしき） graduation ceremony / lễ tốt nghiệp・卒業生（そつぎょうせい） graduate / học sinh tốt nghiệp

152 □ 名

教育（きょういく）〈する〉

子（こ）どもの 教育（きょういく）は とても 大切（たいせつ）です。

education, training
việc giáo dục, nền giáo dục

Children's education is very important.
Việc giáo dục trẻ em rất quan trọng.

➕ 教育学部（きょういくがくぶ） department of education / khoa Giáo dục

153 □ 名

生徒（せいと）

この 学校（がっこう）の 生徒（せいと）は 何人（なんにん）ですか。

student
học sinh

How many students are there at this school?
Học sinh trường này có bao nhiêu người?

154 □ 名

授業（じゅぎょう）

今日（きょう）は 4時（じ）まで 授業（じゅぎょう）が あります。

class, lesson
giờ học, tiết học

Today, there are classes until 4:00.
Hôm nay có giờ học đến 4 giờ.

155 □ 動

始（はじ）まる

4月（がつ）に 学校（がっこう）が 始（はじ）まります。

to begin, to start
được bắt đầu, (~) bắt đầu

School starts in April.
Trường học bắt đầu vào tháng Tư.

156 □ 動

始（はじ）める

今日（きょう）の 勉強（べんきょう）を 始（はじ）めましょう。

to begin, to start (something)
bắt đầu (~)

Let's begin today's studies.
Chúng ta bắt đầu bài học hôm nay nào.

157 ☐ 名

質問（しつもん）〈する〉	質問（しつもん）を よく 読（よ）んで ください。
question/to ask a question **câu hỏi**	Please read the questions carefully. Hãy đọc kỹ câu hỏi.

158 ☐ 動

答（こた）える	先生（せんせい）の 質問（しつもん）に 答（こた）え ます。
to answer **trả lời**	I will answer the teacher's questions. Tôi trả lời câu hỏi của giáo viên.

➕ 答（こた）え answer, response / câu trả lời・解答（かいとう） answer / câu trả lời, lời giải đáp

👉 答え can also be used to mean respond, but 解答 can only be used when referring to answer or solving a question or problem. /「答え」còn dùng với nghĩa phản ứng, hồi đáp nhưng「解答」thì chỉ dùng với nghĩa giải đáp câu hỏi, vấn đề.

159 ☐ 名

数学（すうがく）	英語（えいご）は 好（す）きですが、数学（すうがく）は きらいです。
mathematics, math **toán học**	I like English, but I hate math. Tôi thích tiếng Anh nhưng ghét toán.

160 ☐ 名

歴史（れきし）	世界（せかい）の 歴史（れきし）を もっと 勉強（べんきょう）したいです。
history **lịch sử**	I want to study world history more. Tôi muốn học lịch sử thế giới nhiều hơn nữa.

➕ 日本史（にほんし） Japanese history / lịch sử Nhật Bản・世界史（せかいし） world history / lịch sử thế giới

161 ☐ 名

地理（ちり）	子（こ）どもの ころから 地理（ちり）が 大好（だいす）きでした。
geography **địa lý**	I've loved geography ever since I was a child. Từ nhỏ, tôi đã thích môn địa lý.

➕ 世界地図（せかいちず） world map / bản đồ thế giới

162 ☐ 名

テキスト	この テキストは 明日（あした） 使（つか）います。
textbook **sách học, sách giáo khoa**	I'm going to use this textbook today. Ngày mai sẽ sử dụng sách này.

＝ 教科書（きょうかしょ）

163 ☐

開（ひら）く	教科書（きょうかしょ）の 60（ろくじゅっ） ページを 開（ひら）いて ください。

動 to open mở, lật	Please open your textbooks to page 60. Hãy mở sách giáo khoa trang 60.

↔ 閉じる(と)

164 □ プリント	これは 今日(きょう)の 授業(じゅぎょう)の プリントです。
名 **handout, printout** **bài giảng (giáo viên soạn sẵn phát cho sinh viên)**	This is the handout for today's class. Đây là tờ bài giảng của giờ học hôm nay.
165 □ おもて	プリントの おもてを 見(み)て ください。
名 **front, front-side** **mặt trước**	Please look at the front of this handout. Hãy xem mặt trước của tờ bài giảng.

↔ うら

166 □ テスト	今日(きょう)の テストは とても むずかしかったです。
名 **test** **bài kiểm tra**	Today's test was really hard. Bài kiểm tra hôm nay (đã) rất khó.

＋ 試験 test, examination / kỳ thi・入学試験(にゅうがくしけん) school entrance examination / kỳ thi nhập học・大学入試(だいがくにゅうし) college entrance examination / kỳ thi vào đại học

167 □ 通(かよ)う	毎日(まいにち)、バスで 学校(がっこう)に 通(かよ)って います。
動 **to commute, to attend** **đi (học), chỉ hành động lui tới thường xuyên**	I commute to school on the bus everyday. Hàng ngày, tôi đi học bằng xe buýt.
168 □ せいせき	せいせきが 悪(わる)くて、母(はは)に しかられました。
名 **grades** **thành tích học tập**	My grades were bad, so I was scolded by my mother. Thành tích học tập của tôi tệ nên bị mẹ mắng.
169 □ 点(てん)	きのうの テストの 点(てん)は よくなかったです。
名 **point, mark** **điểm**	My score on yesterday's test wasn't good. Điểm bài kiểm tra hôm qua không tốt.

＋ 満点(まんてん) full points, full marks / điểm tối đa・点数(てんすう) score / điểm số

170 □ 名	まる	テストで まるを たくさん もらいました。
	circle, correct mark khoanh tròn (maru: ý là đúng, đạt)	I got a lot of correct marks on my test. Tôi được nhiều khoanh tròn (maru) trong bài kiểm tra.

⟷ ばつ

171 □ 名	作文（さくぶん）	自分（じぶん）の 国（くに）について 作文（さくぶん）を 書（か）きましょう。
	essay bài văn	Let's write an essay about your own country. Hãy viết bài văn về đất nước của mình.

➕ 文（ぶん） writing / văn, câu văn

172 □ 動	(勉強（べんきょう）が) できる	弟（おとうと）は 勉強（べんきょう）が よく できます。
	to be good at (studying) (học) được, (học) giỏi	My younger brother is good at studying. Em trai tôi học giỏi.

173 □ イ形	易（やさ）しい	きのうの テストは とても 易（やさ）しかったです。
	easy dễ, đơn giản	Yesterday's test was really easy. Bài kiểm tra hôm qua rất dễ.

174 □ ナ形	かんたんな	この テストは とても かんたんです。
	simple, easy đơn giản	This test is really simple. Bài kiểm tra này rất đơn giản.

175 □ 動	まちがえる	やさしい 問題（もんだい）を まちがえて しまいました。
	to make a mistake sai, nhầm	I made a mistake on an easy question. Tôi đã làm sai câu hỏi dễ.

➕ (～を)まちがう to mistake (something) / sai, nhầm・まちがい mistake, error / chỗ sai, sai sót

176 □ 名	チェック〈する〉	作文（さくぶん）を 日本人（にほんじん）の 友（とも）だちに チェックして もらいました。
	check sự kiểm tra, việc kiểm tra	I had my Japanese friend check my essay. Tôi được bạn người Nhật kiểm tra giúp bài văn.

177 □ ナ形	熱心な（ねっしん） **passionate** **nhiệt tình**	田中先生（たなかせんせい）は とても 熱心（ねっしん）です。 Tanaka-sensei is really passionate. Thầy/cô Tanaka rất nhiệt tình.
178 □ イ形	やさしい **gentle** **hiền, tử tế**	山田先生（やまだせんせい）は とても やさしいです。 Yamada-sensei is very gentle. Thầy/cô Yamada rất hiền.
179 □ イ形	きびしい **strict** **nghiêm khắc**	木村先生（きむらせんせい）は ときどき きびしいです。 Kimura-sensei is sometimes strict. Thầy/cô Kimura đôi khi nghiêm khắc.
180 □ ナ形	まじめな **serious** **nghiêm túc, chăm chỉ**	彼（かれ）は とても まじめな 学生（がくせい）です。 He is a very serious student. Anh ấy là một sinh viên rất chăm chỉ.
181 □ イ形	えらい **admirable, distinguished** **cao quý, ưu tú**	A国（エーこく）の えらい 人（ひと）が 日本（にほん）へ 来（き）ます。 A distinguished person from A Country is coming to Japan. Một người cao quý nước A sẽ đến Nhật.
182 □ 名	せつび **equipment** **thiết bị**	この 学校（がっこう）の せつびは 新（あたら）しいです。 The equipment at this school is new. Thiết bị của trường này mới.
183 □ 名	ベル **bell** **chuông**	12時半（じはん）に ベルが 鳴（な）ります 。 The bell rings at 12:30. 12 giờ rưỡi chuông sẽ reo.

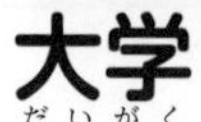

大学
だいがく

University / Trường Đại học

184 □ 名	大学生 (だいがくせい) **college student, university student** **sinh viên**	早く(はや) 大学生(だいがくせい)に なりたいです。 I want to be a college student early. Tôi muốn mau trở thành sinh viên đại học.

➕ 女子大生(じょしだいせい) female college student / nữ sinh viên đại học・大学院生(だいがくいんせい) graduate student / sinh viên cao học

185 □ 動	受ける (う) **to apply for** **dự (thi)**	日本(にほん)の 大学(だいがく)を 受け(う)たいです。 I want to apply to a Japanese university. Tôi muốn dự thi vào trường đại học của Nhật.
186 □ 動	受かる (う) **to be accepted to** **đậu (kỳ thi)**	行(い)きたかった 大学(だいがく)に 受かり(う)ました。 I was accepted to the university I wanted to get into. Tôi đã đậu vào đại học mà tôi muốn.

🟰 合格(ごうかく)する

187 □ 名	留学〈する〉 (りゅうがく) **foreign exchange** **việc du học**	デザインの 勉強(べんきょう)のために 留学し(りゅうがく)ました。 I went on an exchange to study design. Tôi đã du học để học thiết kế.

➕ 留学生(りゅうがくせい) exchange student / du học sinh

188 □ 名	目的 (もくてき) **goal, objective** **mục đích**	留学(りゅうがく)する 目的(もくてき)は 何(なん)ですか。 What is the goal of your going on an exchange? Mục đích du học của bạn là gì?
189 □	ゆめ	①私(わたし)の ゆめは 世界旅行(せかいりょこう)です。 ②ゆめの 中(なか)で 大好(だいす)きな スターに 会(あ)いました。

名

dream **ước mơ, giấc mơ**	① My dream is to travel around the world. ② I met my favorite star in my dream. ① Ước mơ của tôi là du lịch thế giới. ② Trong giấc mơ tôi đã gặp ngôi sao mình yêu thích.

① A strong desire ② Images seen when sleeping
① Kỳ vọng, hi vọng lớn lao. ② Những gì thấy trong lúc ngủ.

190 ☐ 名

学部 (がくぶ)	どの 学部(がくぶ)に 行(い)くか まだ わかりません。
school department **ngành, khoa**	I don't know which department I want to join. Tôi chưa biết mình sẽ đi ngành nào.

➕ 医学部(いがくぶ) medical department / ngành Y・工学部(こうがくぶ) engineering department / ngành Kỹ thuật

191 ☐ 名

専門 (せんもん)	私(わたし)の 専門(せんもん)は 教育学(きょういくがく)です。
subject of study **chuyên môn**	My field of study is education. Chuyên môn của tôi là Giáo dục học.

192 ☐ 名

科学 (かがく)	子(こ)どものときから 科学(かがく)が 好(す)きでした。
science **khoa học**	I've liked science since I was a child. Tôi thích khoa học từ khi còn nhỏ.

➕ 化学(かがく) chemistry / hóa học

193 ☐ 名

医学 (いがく)	医者(いしゃ)になるために 医学部(いがくぶ)に 入(はい)りました。
(the field of) medicine **y học**	I joined the medical department because I want to be a doctor. Tôi đã vào ngành Y để trở thành bác sỹ.

➕ 医科大学(いかだいがく) medical university / đại học Y khoa

194 ☐ 名

文学 (ぶんがく)	フランスの 文学(ぶんがく)を 勉強(べんきょう)して います。
(the field of) literature **văn học**	I'm studying French literature. Tôi học văn học Pháp.

➕ 日本文学(にほんぶんがく) Japanese literature / văn học Nhật Bản・文学部(ぶんがくぶ) literature department / khoa Văn

195 ☐ 名

ほうりつ	大学(だいがく)で ほうりつを 勉強(べんきょう)して います。
law **luật pháp**	I'm studying law in university. Ở đại học tôi học luật.

196 □ 名	こうぎ〈する〉	山下先生の こうぎは わかりやすいです。 やましたせんせい
	lecture giờ học, tiết học	Yamashita-sensei's lectures are easy to understand. Giờ học của thầy/cô Yamashita dễ hiểu.
197 □ 名	出席〈する〉 しゅっせき	毎日、大学の 授業に 出席して います。 まいにち だいがく じゅぎょう しゅっせき
	presence sự tham dự, có mặt	I'm present in university classes every day. Tôi có mặt trong các giờ học ở trường đại học hàng ngày.
198 □ 名	欠席〈する〉 けっせき	かぜで 授業を 欠席しました。 じゅぎょう けっせき
	absence sự vắng mặt, nghỉ học	I've been absent from classes because I have a cold. Tôi đã vắng mặt (nghỉ học) vì bị cảm.
199 □ 名	レポート	英語で レポートを 書かなければ なりません。 えいご か
	report bài báo cáo	I have to write a report in English. Phải viết báo cáo bằng tiếng Anh.
200 □ 名	論文 ろんぶん	来週までに 論文を 出してください。 らいしゅう ろんぶん だ
	thesis luận văn	Please turn in your theses by next week. Hãy nộp bài luận văn cho đến tuần sau.

➕ 卒業論文（そつぎょうろんぶん） graduation thesis / luận văn tốt nghiệp

201 □ 名	しめ切り き	レポートの しめ切りは 明日です。 き あした
	deadline hạn chót	The deadline for the report is tomorrow. Hạn chót (nộp) bài báo cáo là ngày mai.

➕ しめ切る（き） to cut off / khóa, chốt, ngăn

202 □ 名	研究〈する〉 けんきゅう	大学院で 数学を 研究したいです。 だいがくいん すうがく けんきゅう
	research sự nghiên cứu	I want to study math in university. Tôi muốn nghiên cứu toán học ở bậc cao học.

➕ 研究所（けんきゅうじょ） research facility / ban/ sở/ viện nghiên cứu・研究者（けんきゅうしゃ） researcher / nhà nghiên cứu・研究室（けんきゅうしつ） research room / phòng nghiên cứu

203 □	実験〈する〉 じっけん	実験は たいへんですが、おもしろいです。 じっけん

名	**experiment** **thí nghiệm**	Experiments are difficult but interesting. Thí nghiệm (thì) vất vả nhưng thú vị.
204 □	まとめる	週末(しゅうまつ)までに 研究(けんきゅう)を まとめます。
動	**summary/to summarize** **tóm tắt (~)**	I will finalize the research by the weekend. Tôi tóm tắt bài nghiên cứu cho đến cuối tuần.
		➕ (〜が) まとまる to be summarized, to be finalized / (~) được tóm tắt
205 □	ボランティア	休(やす)みの 日(ひ)に ボランティアを して います。
名	**volunteer** **công việc tình nguyện, thiện nguyện**	I work as a volunteer on my days off. Ngày nghỉ tôi làm công việc tình nguyện.
206 □	ふくざつな	この文(ぶん)は ふくざつで よく わかりません。
ナ形	**complicated** **phức tạp**	This sentence is complicated, so I can't really understand. Câu văn này phức tạp nên tôi không hiểu lắm.
207 □	ひつよう〈な〉	学校(がっこう)では 学生(がくせい)カードを 作(つく)る ひつようが あります。(名) これは 授業(じゅぎょう)に ひつような 本(ほん)です。(ナ形)
名 ナ形	**necessity/necessary** **sự cần thiết (cần thiết)**	At school, it is a necessity to make a student card. This book is necessary for class. Cần làm thẻ sinh viên ở trường. Đây là quyển sách cần thiết cho giờ học.

Section 3

勉強（べんきょう）

Studying / Việc học

208 □ 動	考える（かんが）	むずかしくても、よく 考えれば（かんが） わかります。
	to think suy nghĩ, nghĩ	Even if it's difficult, if you think hard, you'll understand. Dù khó mà nếu nghĩ kỹ thì sẽ hiểu.

＋ 考え（かんが） thinking, way of thinking / suy nghĩ・考え方（かんがかた） way of thinking / cách suy nghĩ

209 □ 名	辞典（じてん）	カタカナことばの 辞典（じてん）を 買（か）いたいです。
	encyclopedia, dictionary tự điển	I want to buy a dictionary of katakana words. Tôi muốn mua tự điển từ Katakana.

＋ 辞書（じしょ） dictionary / tự điển・電子辞書（でんしじしょ） electronic dictionary / tự điển điện tử

210 □ 動	調べる（しら）	わからない ことばは 自分（じぶん）で 調べて（しら） ください。
	to look up tra, tìm	Please look up any words you don't know on your own. Hãy tự mình tra từ không biết.
211 □ 動	たしかめる	レポートを 書（か）いたら、たしかめて ください。
	to check, to make sure of kiểm tra, xác nhận	Once you've written your report, please check it. Nếu viết báo cáo xong rồi, hãy kiểm tra lại.

＋ かくにん〈する〉 check, confirmation/to check, to confirm / sự kiểm tra, xác nhận

212 □ 名	予習（よしゅう）〈する〉	毎日（まいにち）、漢字（かんじ）を 予習して（よしゅう） きてください。
	preparations việc học trước, sự chuẩn bị bài	Please study kanji in advance everyday. Hàng ngày hãy học trước chữ Kanji.
213 □ 名	復習（ふくしゅう）〈する〉	復習し（ふくしゅう）ないと、ことばが おぼえられません。
	review việc ôn tập	If you don't review, you won't be able to memorize the words. Hễ không ôn tập là tôi không thể nào nhớ từ.
214 □	思い出す（おもだ）	きのう 復習（ふくしゅう）したのに、漢字（かんじ）が 思い出せ（おもだ）ません。

動	**to recall, to remember** **nhớ ra**	I couldn't remember the kanji even though I reviewed yesterday. Hôm qua tôi đã ôn tập vậy mà không thể nhớ ra chữ Kanji.
215 □	じゅく	学校(がっこう)が 終(お)わったら、じゅくに 行(い)きます。
名	**cram school** **lớp học thêm, lớp luyện thi**	Once school is over, I'm going to go to cram school. Sau khi giờ học kết thúc, tôi sẽ đi học thêm.
216 □	やる	家(いえ)に 帰(かえ)ったら、すぐ 宿題(しゅくだい)を やります。
動	**to do** **làm**	Once I get home, I do my homework right away. Sau khi về nhà, tôi làm bài tập ngay.
217 □	がんばる	勉強(べんきょう)も スポーツも がんばって います。
動	**to do one's best** **cố gắng**	I do my best in sports and my studies. Tôi cố gắng cả việc học lẫn thể thao.

➕「がんばれ！」/「がんばって！」Do your best! / cố lên!/cố lên nhé!

218 □	字(じ)	リーさんは 字(じ)が とても きれいです。
名	**character, writing** **chữ, chữ viết**	Lee-san's writing is really pretty. Chữ (anh/chị) Ly rất đẹp.

➕ 文字(もじ) character / văn tự, chữ viết

👉 文字 can be used to refer to kanji, kana and Roman characters. / Trong "văn tự", ngoài ý nghĩa giống như "chữ" còn có ý nghĩa "chữ Hán", "Hiragana", "chữ Romaji" v.v.

219 □	ふりがな	ふりがなが ないと、漢字(かんじ)が 読(よ)めません。
名	**furigana, kana over or beside kanji to indicate pronunciation** **phiên âm**	I can't read kanji if there are no furigana. Nếu không có phiên âm, tôi không thể đọc được chữ Kanji.

➕ 読(よ)み方(かた) way of reading / cách đọc

220 □	メモ〈する〉	大切(たいせつ)な ことを メモして おきます。
名	**memo** **việc ghi chép**	I write down important things. Tôi ghi chép lại các việc quan trọng.

Section 3

221	文法 ぶんぽう	N4の 文法を おぼえましょう。 エヌよん　ぶんぽう
名	**grammar** **văn phạm, ngữ pháp**	Let's memorize the N4 grammar. Hãy ghi nhớ văn phạm N4.
222	説明〈する〉 せつめい	この 文法の 説明は よく わかりません。 ぶんぽう　せつめい
名	**explanation** **việc giải thích, phần giải thích**	I don't really understand the explanation for this grammar. Tôi không hiểu rõ lắm phần giải thích văn phạm này.
223	発音〈する〉 はつおん	マリアさんの 発音は とても きれいです。 はつおん
名	**pronunciation** **việc phát âm**	Maria-san's pronunciation is very clear. Phát âm của (chị) Maria rất hay.
224	会話〈する〉 かいわ	日本語だけで 会話しましょう。 にほんご　かいわ
名	**conversation** **cuộc nói chuyện, đoạn hội thoại**	Let's talk only in Japanese. Hãy nói chuyện chỉ bằng tiếng Nhật.

➕ 話す（はな） to speak, to talk / nói chuyện・話（はなし） talk, speech / câu chuyện

225	足す た	25に 47を 足すと、72に なります。 にじゅうご　よんじゅうなな　た　ななじゅうに
動	**to add** **thêm vào, cộng**	If you add 25 to 47, it equals 72. 25 cộng thêm 47 bằng 72.

➕ 引く（ひ） to subtract / bớt đi, trừ・(数（かず）を)かける to multiply (numbers) / nhân (số)・(数（かず）を)わる to divide (a number) / chia (số)

226	役に立つ やく　た	この 本は とても 役に立ちます。 ほん　やく　た
動	**to be useful** **có ích**	This book is very useful. Quyển sách này rất có ích.
227	勉強中 べんきょうちゅう	今、テストの ための 勉強中です。 いま　べんきょうちゅう
名	**in the middle of studying** **đang học**	I'm in the middle of studying for a test now. Bây giờ tôi đang học bài kiểm tra.

➕ テスト中（ちゅう） in the middle of taking a test / đang kiểm tra・電話中（でんわちゅう） in the middle of a phone call / đang điện thoại

仕事①（しごと）

Work ① / Công việc ①

228 □ 動
つとめる
- to be employed / làm việc
- 私（わたし）は IT（アイティー）の 会社（かいしゃ）に つとめて います。
- I'm employed at an IT company.
- Tôi đang làm việc tại một công ty IT.

＋ （〜で）働く（はたらく） to work (at ~) / làm việc (tại ~)

229 □ 名
給料（きゅうりょう）
- salary / lương
- 今日（きょう）、はじめての 給料（きゅうりょう）を もらいました。
- Today, I received my first salary payment.
- Hôm nay tôi lãnh lương lần đầu tiên.

＋ 給料日（きゅうりょうび） pay day / ngày lãnh lương

230 □ 名
ボーナス
- bonus / tiền thưởng
- 夏（なつ）と 冬（ふゆ）に ボーナスが あります。
- There are bonuses in the summer and in the winter.
- Có tiền thưởng vào mùa hè và mùa đông.

231 □ 名
貯金（ちょきん）〈する〉
- savings / việc tiết kiệm
- 旅行（りょこう）の ために 貯金（ちょきん）します。
- I'm saving for a trip.
- Tôi tiết kiệm tiền để đi du lịch.

＋ 貯金箱（ちょきんばこ） savings box / hộp tiết kiệm (heo đất)

232 □ 名
受付（うけつけ）
- reception / tiếp tân, quầy tiếp tân
- 受付（うけつけ）は ３階（がい）に あります。
- The reception desk is on the third floor.
- Tiếp tân ở tầng 3.

＋ 受け付ける（うけつける） to receive, to accept / tiếp nhận

233 □ 名
名刺（めいし）
- business card / danh thiếp
- 名刺（めいし）の 名前（なまえ）が まちがって いました。
- The name on the business card is wrong.
- Tên trên danh thiếp bị sai.

234 □ 名	営業（えいぎょう）〈する〉 sales việc kinh doanh	営業（えいぎょう）の 仕事（しごと）は 楽（たの）しいです。 Working in sales is fun. Công việc kinh doanh thì vui.
235 □ 名	あいさつ〈する〉 greeting lời chào hỏi	いつも 元気（げんき）に あいさつして います。 I always greet people enthusiastically. Lúc nào cũng chào hỏi vui vẻ.
236 □ 名	会議（かいぎ）〈する〉 meeting cuộc họp, buổi họp	今日（きょう）の 会議（かいぎ）は 午後（ごご） 3時（じ）から です。 Today's meeting is from 3:00. Cuộc họp hôm nay (bắt đầu) từ 3 giờ chiều.

➕ 会議室（かいぎしつ） meeting room / phòng họp・会議中（かいぎちゅう） in the middle of a meeting / đang họp

237 □ 名	ミーティング meeting cuộc họp, gặp gỡ, bàn bạc	昼（ひる）ごはんを 食（た）べながら ミーティングを しましょう。 Let's have a meeting while eating lunch. Hãy vừa ăn trưa vừa họp nào.

➕ ミーティングルーム meeting room / phòng họp・ミーティング中（ちゅう） in the middle of a meeting / đang họp

238 □ 名	意見（いけん） opinion ý kiến	人（ひと）の 意見（いけん）を よく 聞（き）きましょう。 Let's listen carefully to people's opinions. Hãy lắng nghe ý kiến người khác.
239 □ 名	アイディア idea ý tưởng	部長（ぶちょう）の アイディアは おもしろいです。 The department chief's idea is interesting. Ý tưởng của trưởng phòng thật thú vị.
240 □ 名	スケジュール schedule thời khóa biểu, lịch trình	社長（しゃちょう）の スケジュールを 知（し）って いますか。 Do you know the president's schedule? Bạn có biết lịch trình của giám đốc không?
241 □	出張（しゅっちょう）〈する〉	父（ちち）は よく アメリカへ 出張（しゅっちょう）して います。

	名 **business trip** **chuyến công tác**	My father often goes to America on business trips. Cha tôi thường đi Mỹ công tác.
242 □	もどる	A「田中さんが もどるのは 何時ですか。」 B「3時ごろだと 思います。」
	動 **to return, to come back** **quay lại**	A: What time is Tanaka-san coming back? B: I think around 3:00. A: Anh/chị Tanaka sẽ quay lại lúc mấy giờ? B: Tôi nghĩ là khoảng 3 giờ.
243 □	もどす	新聞を 読んだら、ここに もどして ください。
	動 **to return, to give back** **trả lại**	Please return the newspapers here after you read them. Sau khi đọc báo thì vui lòng trả lại vào chỗ này.
244 □	本社 (ほんしゃ)	春から 東京の 本社に 行きます。
	名 **main office** **trụ sở chính**	I'm going to the main office in Tokyo starting in the spring. Từ mùa xuân tôi sẽ đi làm ở trụ sở chính của công ty.

➕ 支社 (ししゃ) branch office / chi nhánh・本店 (ほんてん) main store / trụ sở chính, tiệm chính・支店 (してん) branch store / chi nhánh

245 □	社長 (しゃちょう)	私の 会社の 社長は 若いです。
	名 **president** **giám đốc**	The president of my company is young. Giám đốc công ty tôi thì trẻ.

➕ 社長室 (しゃちょうしつ) president's office / phòng giám đốc・部長 (ぶちょう) head of a department / trưởng phòng・課長 (かちょう) head of a section / trưởng ban

246 □	ルール	会社の ルールを よく 読んで ください。
	名 **rule** **luật lệ, qui định**	Please read the company rules carefully. Vui lòng đọc kỹ qui định của công ty.
247 □	規則 (きそく)	この 会社の 規則を 知って いますか。
	名 **rule, regulation** **quy tắc**	Do you know this company's rules and regulations? Bạn có biết qui tắc của công ty này không?

➕ 校則 (こうそく) school regulation / nội quy nhà trường

248 □ 動	決(き)まる	新(あたら)しい アルバイトが <u>決(き)まり</u>ました。
	to be decided **được quyết định**	My new part-time job has been decided. Tôi đã có công việc làm thêm mới.
249 □ 動	決(き)める	会議(かいぎ)の 時間(じかん)を <u>決(き)め</u>ましょう。
	to decide **quyết định**	Let's decide the time of the meeting. Hãy quyết định thời gian họp.
250 □ 名	きょか〈する〉	休(やす)む ときは <u>きょか</u>を もらって ください。
	permission **sự cho phép**	Please receive permission when you want to take time off. Khi nghỉ, hãy xin phép.
251 □ 動	(はんこを)押(お)す	ここに はんこを <u>押(お)して</u> ください。
	to stamp (a seal) **đóng (dấu)**	Please stamp your seal here. Vui lòng đóng con dấu vào đây.
252 □ 名	ちこく〈する〉	1分(いっぷん)でも <u>ちこくして</u>は いけません。
	to be late, being late **sự trễ giờ**	You mustn't be late by even one minute. Không được đi trễ dù chỉ 1 phút.

Section 5

仕事②
しごと

work ② / Công việc ②

253 □ 名	技術 (ぎじゅつ)	この会社には どんな 技術が ありますか。(かいしゃ / ぎじゅつ)
	technology kỹ thuật	What kind of technology does this company have? Công ty này có kỹ thuật như thế nào?
254 □ 名	パソコン	パソコンを 見て いると、目が つかれます。(み / め)
	computer máy vi tính	After staring at my computer, my eyes get tired. Hễ nhìn vào máy vi tính, mắt sẽ mỏi.
255 □ 名	ソフト	パソコンの ソフトを 作る 仕事が したいです。(つく / しごと)
	software phần mềm	I want to have a job where I make computer software. Tôi muốn làm công việc tạo ra phần mềm máy vi tính.

➕ ゲームソフト game software / phần mềm chơi game

256 □ 名	書類 (しょるい)	明日までに この 書類を 出して ください。(あす / しょるい / だ)
	document hồ sơ	Please submit these documents by tomorrow. Cho đến ngày mai, hãy nộp hồ sơ này.

➕ 資料 (しりょう) materials / tài liệu

257 □ 名	ファイル	資料を ファイルに 入れます。(しりょう / い)
	file bìa hồ sơ	I'm going to put these materials in the file. Tôi cất tài liệu vào bìa hồ sơ.
258 □ 名	入力〈する〉 (にゅうりょく)	ここに 英語で 入力して ください。(えいご / にゅうりょく)
	input việc đánh máy, nhập (dữ liệu)	Please input things here in English. Vui lòng nhập tiếng Anh vào đây.

259 □ 名

ほんやく〈する〉

中国語(ちゅうごくご)を 日本語(にほんご)に ほんやくします。

translation
công việc dịch thuật, biên dịch

I will translate Chinese into Japanese.
Tôi sẽ dịch từ tiếng Trung Quốc sang tiếng Nhật.

➕ ほんやく家(か) translator / dịch giả

260 □ 名

通訳(つうやく)〈する〉

小学生(しょうがくせい)の ころから 通訳(つうやく)に なりたかったです。

interpreting
công việc phiên dịch, thông dịch

I've wanted to be an interpreter since I was an elementary school student.
Từ thời tiểu học, tôi đã muốn trở thành thông dịch.

261 □ 名

方法(ほうほう)

日本語(にほんご)が 上手(じょうず)に なる 方法(ほうほう)を 教(おし)えて ください。

method
phương pháp

Please teach me how to get better at Japanese.
Vui lòng chỉ cho tôi phương pháp để giỏi tiếng Nhật.

262 □ 名

しかた

仕事(しごと)の しかたを すぐに おぼえました。

way of doing something
phương pháp, cách làm

I immediately memorized how to do the job.
Tôi đã nhớ cách làm việc ngay.

＝ やり方(かた)

263 □ 動

慣(な)れる

最近(さいきん)、やっと 仕事(しごと)に 慣(な)れました。

to get used to
quen

I've recently gotten used to my job.
Gần đây, cuối cùng thì tôi đã quen với công việc.

264 □ 動

うまくいく

明日(あした)の スピーチは うまくいくでしょう。

to go well
suôn sẻ, tiến hành (thuận lợi)

I wonder if the speech tomorrow will go well.
Hẳn là bài hùng biện ngày mai sẽ tốt thôi.

265 □ 名

成功(せいこう)〈する〉

田中(たなか)さんは 仕事(しごと)で 成功(せいこう)しました。

success
sự thành công

Tanaka-san succeeded at his job.
Anh/chị Tanaka đã thành công trong công việc.

266 □

たのむ

店長(てんちょう)に 仕事(しごと)を たのまれました。

動 **to ask, to request** **nhờ, yêu cầu**	I was asked to do a job by the store manager. Tôi được cửa hàng trưởng nhờ công việc.

267 手伝う（てつだ）	フランス語（ご）の 通訳（つうやく）を 手伝（てつだ）って ください。
動 **to help** **giúp đỡ**	Please help us interpret French. Vui lòng giúp tôi thông dịch tiếng Pháp.

➕ 手伝い（てつだ） help, assistance / sự giúp đỡ

268 残業（ざんぎょう）〈する〉	いそがしいときは 残業（ざんぎょう）します。
名 **working overtime** **việc làm ngoài giờ**	When I am busy, I work overtime. Khi bận rộn thì tôi làm ngoài giờ.

269 むり〈な〉	そんな むりを 言（い）わないで ください。(名) 毎日（まいにち） アルバイトを するのは むりです。(ナ形)
名 ナ形 **the impossible/ impossible** **việc khó khăn (không thể)**	Please don't say such impossible things. It's impossible to work part-time everyday. Xin đừng nói việc khó khăn như thế. Làm thêm hàng ngày là không thể.

➕ むりする to do the impossible / không thể làm, cảm thấy khó khăn

270 急ぐ（いそ）	時間（じかん）が ないので、急（いそ）いで ください。
動 **to hurry** **gấp rút, vội vàng**	We don't have much time, so let's hurry. Vì không có thời gian nên hãy gấp rút lên.

271 昼休み（ひるやす）	昼休（ひるやす）みは 12時（じゅうにじ）から 1時間（じかん）です。
名 **lunch break** **giờ nghỉ trưa**	My lunch break is one hour starting at 12:00. Nghỉ trưa 1 tiếng đồng hồ, từ 12 giờ.

➕ ランチ lunch / bữa ăn trưa

272 休けい（きゅう）〈する〉	3時（じ）ですから、ちょっと 休（きゅう）けいしましょう。
名 **break** **việc nghỉ giải lao, giờ nghỉ giải lao**	It's 3:00, so let's take a break. 3 giờ rồi nên hãy nghỉ giải lao một chút nào.

273 □ 名

忘年会 (ぼうねんかい)	来週(らいしゅう)、忘年会(ぼうねんかい)を しませんか。
year-end party **tiệc tất niên**	Why don't we have our year-end party next week? Tuần sau làm tiệc tất niên không?

➕ 新年会(しんねんかい) start-of-the-year party / tiệc tân niên・たんじょう会(かい) birthday party / tiệc sinh nhật・飲み会(のみかい) drinking party / họp mặt ăn uống・二次会(にじかい) after party / tăng 2

274 □ 名

公務員 (こうむいん)	父(ちち)も 母(はは)も 公務員(こうむいん)です。
civil servant **công chức, nhân viên nhà nước**	Both my father and my mother are civil servants. Cả cha và mẹ tôi đều là nhân viên nhà nước.

➕ 会社員(かいしゃいん) company employee / nhân viên công ty・駅員(えきいん) station employee / nhân viên nhà ga・銀行員(ぎんこういん) bank employee / nhân viên ngân hàng

275 □ 名

弁護士 (べんごし)	弁護士(べんごし)に なるのは むずかしいです。
lawyer **luật sư**	It's difficult to become a lawyer. Trở thành luật sư thì khó khăn.

276 □ 名

工場 (こうじょう)	パンの 工場(こうじょう)で アルバイトして いました。
factory **nhà máy, xưởng**	I worked part-time at a bread factory. Tôi đã làm thêm tại xưởng bánh mì.

277 □ 名

事務所 (じむしょ)	事務所(じむしょ)で 昼(ひる)ごはんを 食(た)べて います。
office **văn phòng**	I'm eating lunch at the office. Tôi ăn cơm trưa tại văn phòng.

コミュニケーションに使える(つか)ことば ❶

あいさつ　Greetings / Chào hỏi

▶ 出(で)かけるとき　When going out / Khi đi ra ngoài

いってらっしゃい。	Have a great day! Anh/chị/ em/bạn/ con/ cháu đi cẩn thận nhé.
いってきます。	I'm going now! / Tôi/ em/ con/ cháu đi đây.

▶ 帰(かえ)ってきたとき　When coming home / Khi về đến nơi

ただいま。	I'm home! / Tôi/ em/ con/ cháu về rồi đây.
おかえりなさい。	Welcome home! Anh/ chị/ em/ bạn/ con/ cháu về rồi à.

Using おかえり to your friend or family is okay, too.
Với bạn bè và người trong gia đình thì「おかえり」(về rồi à) cũng được.

▶ 久(ひさ)しぶりに会(あ)ったとき　Used when seeing someone for the first time in a while
Khi lâu ngày gặp lại

お元気(げんき)ですか。	Are you doing all right? Anh/ chị/ bạn khỏe không?
はい。おかげさまで（元気(げんき)です）。	Yes, I am. Thanks. Vâng, nhờ trời (tôi/ em/ con/ cháu khỏe).

▶ 病気(びょうき)の人(ひと)に　To someone who is sick or ill / Nói với người bệnh

お大事(だいじ)に。	Get well soon. / Mau khỏi bệnh nhé.
ありがとうございます。	Thank you very much. / Cám ơn.

▶ 会社(かいしゃ)・アルバイトで　At work or a part-time job / Ở công ty - nơi làm thêm

お先(さき)に しつれいします。	I'm leaving now. / Tôi xin phép về trước.
おつかれさまでした。	See you. / Anh/chị/ bạn vất vả rồi.

It is okay to use「お先に」or「おつかれさま」to people who are younger than you.
Với người dưới thì có thể chỉ nói「お先に」(tôi về trước nhé) và「おつかれさま」(vất vả quá nhỉ) cũng được.

▶ **いろいろ 使（つか）える** Useful in many situations / Có thể sử dụng trong nhiều trường hợp

しつれいします。 Excuse me. / Tôi xin phép.

「しつれいします」can be used in many different situations.
Có thể sử dụng câu「しつれいします」(Tôi xin phép) trong nhiều tình huống.

① When entering someone's home or room / Khi vào nhà hay phòng người khác.
② When leaving someone's home or room / Khi ra khỏi nhà hay phòng người khác.
③ When hanging up the phone / Khi nói điện thoại xong và gác máy.
④ When saying goodbye to someone after meeting up / Khi tạm biệt người khác.

☞ This is a polite expression to use with people older than you, especially useful in business settings.
Cách nói lịch sự, sử dụng với người trên. Đặc biệt, trong công việc thì bắt buộc sử dụng.

▶ **おいわいの メッセージ！** Messages for celebration / Thông điệp chúc mừng

【(ご) けっこん】おめでとうございます。
Congratulations on your marriage! / Chúc mừng【kết hôn/ đám cưới】.

ありがとうございます。 Thank you very much. / Cám ơn.

☞ Any of the words 合格, (ご) 入学, (ご) そつぎょう and (ご) 出産 can be places in the brackets.
With friends and family, using the phrases けっこん　おめでとう or にゅうがく　おめでとう is okay.
Trong【　】có thể thay thế bằng「合格」(thi đậu),「(ご)入学」(nhập học),「(ご)そつぎょう」(tốt nghiệp),「(ご) 出産」(sanh con).
Với bạn bè và người trong gia đình thì「けっこん　おめでとう」「にゅうがく　おめでとう」cũng được.

N4

Chapter 3

楽(たの)しいこと

Fun Things

Những việc vui vẻ

単語(たんご) No.

Section 1

旅行(りょこう)

Travel / Du lịch

278 ガイドブック

名

本屋(ほんや)さんで ガイドブックを 買(か)いました。

guidebook
sách hướng dẫn

I bought a guidebook at a book store.
Tôi đã mua sách hướng dẫn tại tiệm sách.

279 時(じ)こく表(ひょう)

名

電車(でんしゃ)の 時(じ)こく表(ひょう)は どこに ありますか。

timetable
bảng giờ (tàu, xe)

Where is the train timetable?
Bảng giờ tàu điện ở đâu?

280 計画(けいかく)〈する〉

名

今年(ことし) 家族(かぞく)と 旅行(りょこう)を 計画(けいかく)して います。

plan
kế hoạch

This year, I plan to go a trip with my family.
Năm nay tôi lên kế hoạch du lịch cùng gia đình.

281 遠(とお)く

名

たまには 遠(とお)くへ 行(い)きたいです。

far (away)
nơi xa

Sometimes, I like to travel to someplace far away.
Thỉnh thoảng tôi muốn đi đến một nơi xa.

↔ 近(ちか)く

282 海外(かいがい)

名

夏休(なつやす)みに 海外(かいがい)へ 行(い)きたいと 思(おも)って います。

overseas
hải ngoại, nước ngoài

I would like to travel overseas during summer vacation.
Kỳ nghỉ hè tôi muốn đi nước ngoài.

= 外国(がいこく) ＋ 海外旅行(かいがいりょこう) overseas trip / du lịch nước ngoài・外国旅行(がいこくりょこう) traveling to another country / du lịch nước ngoài

283 国内(こくない)

名

夏(なつ)に 母(はは)と 国内(こくない)を 旅行(りょこう)します。

domestic, in the country
quốc nội, trong nước

In the summer, I'm going to travel the country with my mother.
Mùa hè tôi sẽ đi du lịch trong nước với mẹ.

＋ 国内旅行(こくないりょこう) domestic trip / du lịch trong nước

284 □ 名

景色（けしき）	ここから見る（み）景色（けしき）は ほんとうに きれいですね。
scenery **phong cảnh, cảnh sắc**	The scenery visible from here is really beautiful. Cảnh sắc nhìn từ đây thật là đẹp nhỉ.

285 □ 名

［お］祭り（まつ）	日本（にほん）には おもしろい 祭り（まつ）が 多い（おお）です。
festival **lễ hội**	There are many interesting festivals in Japan. Ở Nhật có nhiều lễ hội thú vị.

➕ 夏祭り（なつまつ） summer festival / lễ hội mùa hè・秋祭り（あきまつ） fall festival / lễ hội mùa thu・雪祭り（ゆきまつ） winter festival / lễ hội tuyết

286 □ 名

花火（はなび）	日本（にほん）の 花火（はなび）の 技術（ぎじゅつ）は 世界一（せかいいち）です。
fireworks **pháo hoa**	Japanese fireworks engineering is the best in the world. Kỹ thuật pháo hoa của Nhật là nhất thế giới.

➕ 花火大会（はなびたいかい） fireworks festival / hội bắn pháo hoa

287 □ 名

連休（れんきゅう）	もうすぐ うれしい 4連休（れんきゅう）です。
extended weekend, ~-day weekend **kỳ nghỉ dài ngày, kỳ nghỉ liên tục**	I'm happy for the four-day weekend we're about to have. Sắp đến kỳ nghỉ 4 ngày hạnh phúc.

➕ 3連休（れんきゅう） three-day weekend / kỳ nghỉ 3 ngày liên tục・ゴールデンウィーク Golden Week / tuần lễ vàng

288 □ 名

［お］正月（しょうがつ）	お正月（しょうがつ）の 休み（やす）に 国（くに）へ 帰る（かえ）つもりです。
New Year's **Tết (ở đây là Tết dương lịch)**	I intend to go back to my company during the New Year's holiday. Kỳ nghỉ Tết tôi dự định về nước.

➕ お年玉（としだま） otoshidama, Japanese New Year's greeting cards with money / tiền lì xì

289 □ 名

旅行社（りょこうしゃ）	駅（えき）の 近く（ちか）の 旅行社（りょこうしゃ）は とても 親切（しんせつ）です。
travel agency **công ty du lịch**	The travel agency near the station is really kind. Công ty du lịch gần nhà ga rất tử tế.

〓 旅行会社（りょこうがいしゃ）

290 □ 動	申し込む (もうこむ)	友だちと ハワイ旅行を 申し込みました。
	to apply **đăng ký**	I applied for a trip to Hawaii with my friend. Tôi đã đăng ký đi du lịch Hawaii với bạn tôi.

➕ 申し込み (もうしこみ) application / việc đăng ký

291 □ 名	シングル(ベッド)	シングルの 部屋を 予約しました。
	room with a single bed **phòng đơn (giường đơn)**	I reserved a room with a single bed. Tôi đã đặt phòng (giường) đơn.

➕ ツイン（ベッド）room with a twin bed / phòng đôi (2 giường)・
ダブル（ベッド）room with a double bed / phòng đôi (giường đôi)

👉 ベッド is usually omitted. / Thông thường, được nói bằng cách lược bỏ chữ "giường".

292 □ 名	予約〈する〉(よやく)	早く ホテルを 予約した ほうが いいです。
	reservation **việc đặt trước**	You should make a hotel reservation soon. Nên đặt khách sạn sớm.
293 □ 名	したく〈する〉	旅行の したくを して います。
	preparations **sự chuẩn bị**	I'm making preparations for my trip. Tôi đang chuẩn bị cho chuyến du lịch.

＝ 準備〈する〉(じゅんび)

294 □ 名	空港 (くうこう)	ここから 空港まで バスで 行きます。
	airport **sân bay**	I'm going from here to the airport by bus. Tôi sẽ đi xe buýt từ đây đến sân bay.
295 □ 名	両替〈する〉(りょうがえ)	どこで 日本円に 両替したら いいですか。
	exchange **việc đổi tiền**	Where should I exchange money into Japanese yen? Có thể đổi sang tiền yên Nhật ở đâu?

➕ 両替所 (りょうがえじょ) money exchange (counter) / nơi (quầy) đổi tiền

296 □	出発〈する〉(しゅっぱつ)	飛行機が もうすぐ 出発します。

名 departing việc xuất phát, khởi hành	The plane will depart soon. Máy bay sắp xuất phát.

➕ 出発(しゅっぱつ)ロビー departing lobby / phòng chờ xuất phát

297

到着(とうちゃく)〈する〉	何時(なんじ)に 日本(にほん)に 到着(とうちゃく)しますか。
名 arrival việc đến nơi	What time will you arrive in Japan? Mấy giờ đến Nhật Bản?

➕ 到着(とうちゃく)ロビー arrival lobby / hàng lang đến

298

帰国(きこく)〈する〉	来月(らいげつ)、帰国(きこく)する ことに なりました。
名 returning to one's country việc về nước	I must go back to my country next month. Tôi sẽ về nước vào tháng tới.

➕ 一時帰国(いちじきこく)〈する〉 returning to one's country temporarily/to return to one's country temporarily / việc về nước ngắn hạn

299

旅館(りょかん)	この 旅館(りょかん)は とても 有名(ゆうめい)です。
名 Japanese-style inn lữ quán (khách sạn kiểu Nhật)	This Japanese-style inn is very famous. Lữ quán này rất nổi tiếng.

300

フロント	ホテルの フロントで パスポートを 見(み)せます。
名 front desk quầy lễ tân	I will show my passport at the hotel front desk. Cho xem hộ chiếu tại quầy lễ tân khách sạn.

301

泊(と)まる	あの 有名(ゆうめい)な 旅館(りょかん)に 泊(と)まって みたいです。
動 to stay trọ	I want to stay at that famous Japanese-style inn. Tôi muốn thử trọ ở lữ quán nổi tiếng đó.

➕ 1泊2日(いっぱくふつか) two days, one night / 2 ngày 1 đêm・2泊3日(にはくみっか) three days, two nights / 3 ngày 2 đêm・3泊4日(さんぱくよっか) four days, three nights / 4 ngày 3 đêm

302

すごす	暖(あたた)かい 国(くに)で ゆっくり すごしたいです。
動 to spend trải qua	I want to spend my time living leisurely in a warm country. Tôi muốn trải qua (thời gian) thong thả ở một đất nước ấm áp.

303 □ 名	経験(けいけん)〈する〉	若(わか)い ときに いろいろ 経験(けいけん)して おきます。
	experience **kinh nghiệm**	I will experience a lot when I am young. Khi còn trẻ, trải nghiệm nhiều.
304 □ 名	見物(けんぶつ)〈する〉	バスに 乗(の)って、東京(とうきょう)を 見物(けんぶつ)しました。
	sightseeing **việc tham quan**	I got on a bus and went sightseeing in Tokyo. Tôi đã đi xe buýt tham quan Tokyo.

➕ 見学(けんがく)〈する〉 observation/to observe / việc tham quan học tập

305 □ 名	はがき	友(とも)だちが きれいな はがきを 送(おく)って くれました。
	postcard **bưu thiếp**	My friend sent me a beautiful postcard. Bạn tôi đã gửi cho tôi tấm bưu thiếp đẹp.

➕ 絵(え)はがき picture postcard / bưu thiếp, bưu ảnh

Section 2

料理～食べる

Cooking - Eating / Món ăn ~ Ăn

306 □ 名

和食（わしょく）	日本料理は 和食とも 言います。
Japanese food **món Nhật**	Japanese cuisine is called washoku. Món ăn Nhật Bản còn gọi là "washoku".

= 日本料理（にほんりょうり）

307 □ 名

洋食（ようしょく）	今日は 洋食が 食べたいです。
Western food **bữa ăn kiểu Tây, món Tây**	Today, I want to eat Western food. Hôm nay tôi muốn ăn món Tây.

308 □ 名

ステーキ	一人で 400 グラムの ステーキを 食べました。
steak **thịt bít-tết**	I ate a 400 gram steak by myself. Một mình tôi đã ăn hết 400 gram thịt bít-tết.

309 □ 名

ハンバーグ	とうふの ハンバーグは 体に いいです。
hamburger steak **thịt nướng ham-bơ-gơ**	Tofu hamburger steak is good for you. Ham-bơ-gơ bằng đậu hủ tốt cho cơ thể.

＋ ハンバーガー hamburger / bánh mì kẹp thịt

310 □ 名

サラダ	毎日、たくさん サラダを 食べて います。
salad **rau trộn**	I eat a lot of salad every day. Hàng ngày tôi ăn nhiều rau trộn.

311 □ 名

ケーキ	毎日、3時に ケーキを 食べます。
cake **bánh kem**	I eat cake at 3:00 every day. Hàng ngày tôi ăn bánh kem lúc 3 giờ.

＋ クッキー cookie / bánh qui・キャンディ candy / kẹo

312 □ 名

メニュー	今日の 晩ごはんの メニューは 何ですか。
menu **thực đơn**	What's on the menu for dinner tonight? Thực đơn cơm tối hôm nay là gì?

	語	例文
313 □ 名	食べ放題(たほうだい)	あの店(みせ)は2000円(にせんえん)で食べ放題(たほうだい)です。
	all-you-can-eat **ăn búp-phê (ăn bao nhiêu tùy thích)**	That restaurant has an all-you-can-eat menu for 2,000 yen. Tiệm đó có thể ăn tùy thích với 2000 yên.
		➕ 飲み放題(のみほうだい) all-you-can-drink / uống bao nhiêu tùy thích
314 □ 名	注文(ちゅうもん)〈する〉	肉料理(にくりょうり)を たくさん 注文(ちゅうもん)しました。
	order **việc gọi món, đặt hàng**	I ordered a lot of food with meat. Tôi đã gọi nhiều món thịt.
315 □ 名	ごちそう〈する〉	たんじょう日(び)に 友(とも)だちが ごちそうして くれました。
	treating to a meal **sự chiêu đãi, bữa ăn ngon (thịnh soạn)**	On my birthday, my friend treated me to a meal. Vào ngày sinh nhật, bạn tôi đã chiêu đãi tôi.
316 □ 名	アルコール	アルコールは 飲(の)めないので、ウーロン茶(ちゃ)に します。
	alcohol **nước uống có cồn, rượu**	I can't drink alcohol, so I ordered some oolong tea. Vì không thể uống thức uống có cồn nên tôi chọn trà ô long.
		➕ ワイン wine / rượu vang・ウイスキー whiskey / rượu uýt-ki・サワー sour / nước chanh (cốc-tai)
317 □ 名	かんぱい〈する〉	ビールで かんぱいしましょう。
	toast **cụng ly (chúc mừng)**	Let's have a toast with beer. Hãy cụng ly bằng bia nào.
318 □ 動	酔(よ)う	ワインを 飲(の)みすぎて、酔(よ)って しまいました。
	to get drunk **say (rượu, xe, tàu)**	I drank too much wine and got drunk. Tôi uống rượu vang quá nhiều nên bị say.

➕ 酔(よ)っぱらう to get drunk / say (rượu), xỉn・酔(よ)っぱらい drunkard / người say rượu

👍 酔っぱらう is only used when someone has had too much to drink, while 酔う can be used for motion sickness or seasickness. / 「酔っぱらう」chỉ dùng khi uống rượu nhiều quá nhưng「酔う」còn dùng để diễn tả cảm giác khó chịu khi đi tàu, xe.

319 □ 名	しょうゆ	この 料理(りょうり)には しょうゆを 使(つか)います。
	soy sauce nước tương	Soy sauce is used in this dish. Với món ăn này thì sử dụng nước tương.

➕ こしょう pepper / tiêu・みそ miso, fermented soy bean paste / tương

320 □ 名	ソース	この 料理(りょうり)には ソースが 合(あ)います。
	sauce nước sốt	This dish goes well with sauce. Món ăn này thì hợp với nước sốt.
321 □ 動	(しょうゆを) つける	これは しょうゆを つけると、おいしいです。
	to put in soy sauce chấm (nước tương)	This is good if you put it in soy sauce. Cái này chấm nước tương thì ngon.

➕ (よごれが) つく to stick (dirt, etc.) / dính (dơ)

322 □ 名	味(あじ)	私(わたし)は この 店(みせ)の 味(あじ)が 大好(だいす)きです。
	taste, flavor vị	I love the way the food at this restaurant tastes. Tôi rất thích vị của tiệm này.

➕ 味(あじ)がする to taste (like ~) / có vị

323 □ イ形	(味(あじ)が) うすい	今日(きょう)の みそしるは ちょっと うすいです。
	thin (flavor) (vị) nhạt, lạt	The miso soup is a little thin today. Súp miso hôm nay hơi nhạt.

This can be used not only for flavor, but also for colors.
Không chỉ dùng với nghĩa vị của thức ăn, mà còn có thể dùng để chỉ màu sắc.

324 □ イ形	(味(あじ)が) こい	私(わたし)は こい お茶(ちゃ)が 好(す)きです。
	rich, thick (flavor) (vị) đậm	I like thick tea. Tôi thích trà đậm.
325 □ イ形	にがい	ビールは にがいので、あまり 飲(の)みません。
	bitter đắng	Beer is bitter, so I don't drink it much. Vì bia đắng nên tôi không uống nhiều lắm.

326 □ 名	におい	台所（だいどころ）から いい においが して きました。
	smell **mùi**	There is a nice smell coming from the kitchen. Mùi thơm tỏa ra từ nhà bếp.
327 □ 動	かむ	食事（しょくじ）は よく かんで、食（た）べましょう。
	to chew, to bite **nhai, cắn**	Make sure to chew your food thoroughly when eating. Hãy nhai kỹ khi ăn.
		➕ ガムをかむ to chew gum / nhai kẹo cao su
328 □ 名	量（りょう）	この 店（みせ）の スパゲッティは 量（りょう）が 多（おお）いです。
	amount, portion **lượng**	This restaurant's spaghetti's portions are big. Món mì Ý ở tiệm này lượng nhiều.
329 □ 動	残（のこ）す	ごはんを 少（すこ）し 残（のこ）しました。
	to leave **chừa lại, để lại**	I left a little rice. Tôi đã chừa lại một chút cơm.
330 □ 動	残（のこ）る	料理（りょうり）が 残（のこ）ったら、明日（あした） 食（た）べましょう。
	to remain, to be left over **thừa, còn lại**	If there is any left over food, let's eat it tomorrow. Nếu đồ ăn còn thừa lại thì ngày mai ăn nhé.
331 □ 名	チャレンジ〈する〉	タイ料理（りょうり）に チャレンジして みます。
	challenge **sự thử thách**	I want to try Thai food. Tôi sẽ thử sức với món Thái.

Section 3

料理～作る

りょうり　つく

Cooking - Making / Món ăn ~ Nấu (Làm)

332 □ 名	材料（ざいりょう） **ingredient** **nguyên liệu**	れいぞう庫（こ）の 材料（ざいりょう）で 料理（りょうり）を 作（つく）ります。 I'm going to make a dish with the ingredients in the refrigerator. Nấu ăn từ những nguyên liệu trong tủ lạnh.
333 □ 名	半分（はんぶん） **half** **một nửa, nửa phần**	トマトを 半分（はんぶん）に 切（き）って ください。 Please cut the tomato in half. Hãy cắt cà chua thành một nửa. (Hãy cắt cà chua làm đôi).
334 □ 動	はかる **to measure** **đo, cân, đong**	スプーンで しおと さとうを はかります。 I measure the salt and sugar with a spoon. Đong muối và đường bằng muỗng.
335 □ 動	まぜる **to mix** **trộn**	肉（にく）と たまねぎを よく まぜて ください。 Please mix the meat and onions well. Hãy trộn kỹ thịt và hành tây.
336 □ 名	道具（どうぐ） **tool** **vật dụng**	台所（だいどころ）の 便利（べんり）な 道具（どうぐ）を 買（か）いました。 I bought some convenient tools for the kitchen. Tôi đã mua những vật dụng tiện lợi trong nhà bếp.
337 □ 名	なべ **pot** **cái nồi**	なべに 水（みず）を 入（い）れて ください。 Please put water in the pot. Hãy cho nước vào nồi.

➕ フライパン frying pan / cái chảo

338 □ 名	ふた **lid** **cái nắp**	この びんの ふたは どこに ありますか。 Where is the lid for this bottle? Cái nắp của cái bình này ở đâu?

339 □ 名	[お] 皿(さら)	この 料理(りょうり)には 白い(しろい) 皿(さら)を 使い(つかい)ましょう。
	plate cái dĩa (đĩa)	Let's use a white plate for this dish. Hãy dùng dĩa màu trắng cho món ăn này.
340 □ 名	ちゃわん	この 大きい(おおきい) ちゃわんは だれのですか。
	bowl cái chén (bát)	Whose large bowl is this? Cái chén to này là của ai?
341 □ 名	用意(ようい)〈する〉	大きい(おおきい) お皿(さら)を 用意(ようい)して ください。
	preparations sự chuẩn bị	Please prepare a large bowl. Hãy chuẩn bị cái dĩa lớn.
342 □ 動	並ぶ(ならぶ)	ラーメン屋(や)に たくさんの 人(ひと)が 並ん(なら)で います。
	to line up xếp hàng	There are a lot of people lined up outside of the ramen shop. Có nhiều người xếp hàng ở tiệm mì.
343 □ 動	並べる(ならべる)	テーブルに 料理(りょうり)を 並べ(なら)ました。
	to put in a line, to line up sắp xếp, bày biện	There are dishes lined up on the table. Tôi đã bày thức ăn ra bàn.
344 □ 名	火(ひ)	火(ひ)が 強い(つよい)ので、少し(すこし) 弱く(よわく)して ください。
	heat, fire lửa	The heat is a little high, so please lower it. Vì lửa lớn nên hãy làm cho nhỏ lại một chút

➕ 強火(つよび) high heat / lửa lớn・中火(ちゅうび) medium heat / lửa vừa・弱火(よわび) low heat / lửa yếu, lửa nhỏ

345 □ 動	焼く(やく)	魚(さかな)を 10分(じゅっぷん)くらい 焼き(やき)ます。
	to cook, to bake nướng, chiên	I will cook the fish for about 10 minutes. Nướng cá khoảng 10 phút.
346 □ 動	焼ける(やける)	もうすぐ パンが 焼け(やけ)ます。
	to be cooked, to be baked được nướng/ chiên chín	The bread will soon be baked. Bánh mì sắp nướng xong rồi.
347 □ 名	やかん	やかんに 水(みず)が 入っ(はいっ)て いますか。
	kettle cái ấm	Is there water in the kettle? Có nước trong ấm không?

348 □ 動	わかす	やかんで おゆを わかしましょう。
	to boil **đun sôi**	Let's boil water in the kettle. Hãy đun nước sôi bằng ấm.
		➕ (～が) わく to come to a boil, to boil / (~) sôi
349 □ 動	温(あたた)める	この スープを 温(あたた)めて ください。
	to heat up **làm ấm, hâm nóng**	Please heat up this soup. Hãy hâm nóng món súp này.
		➕ (～が) 温(あたた)まる to be heat up / (~) được làm ấm, hâm nóng
350 □ 動	冷(ひ)やす	これを れいぞう庫(こ)で 30分(さんじゅっぷん) 冷(ひ)やします。
	to chill, to cool **ướp lạnh, làm lạnh, làm mát**	I'm going to cool this off in the refrigerator for 30 minutes. Ướp lạnh cái này trong tủ lạnh 30 phút.
351 □ 動	(お茶(ちゃ)を) 入(い)れる	お茶(ちゃ)を 入(い)れましょうか。
	to make tea **cho (trà) vào, châm (trà)**	Shall I make some tea? Tôi châm trà nhé?
352 □ 動	くさる	れいぞう庫(こ)の 中(なか)の 肉(にく)が くさって しまいました。
	to go bad **thối, hôi, hư**	The meat in the refrigerator has gone bad. Thịt trong tủ lạnh đã thối mất rồi.
353 □ 動	すてる	この 野菜(やさい)は すてないで ください。
	to throw away **vứt bỏ**	Please don't throw these vegetables away. Xin đừng vứt rau này.
354 □ 名	[お] 米(こめ)	パンより 米(こめ)が 好(す)きです。
	rice **gạo, cơm**	I like rice more than bread. Tôi thích cơm hơn bánh mì.
		➕ 麦(むぎ) barley / lúa mạch
355 □ 名	[お] べんとう	毎日(まいにち)、自分(じぶん)で おべんとうを 作(つく)って います。
	boxed lunch **cơm hộp**	I make my own boxed lunch every day. Hàng ngày tôi tự mình làm cơm hộp.

356 □ 名	おかず	今日(きょう)の おかずは 天(てん)ぷらです。
	side dish **thức ăn, đồ ăn**	Today's side dish is tempura. Thức ăn hôm nay là tempura.
357 □ 名	インスタント食品(しょくひん)	私(わたし)は インスタント食品(しょくひん)を よく 食(た)べます。
	instant food **thực phẩm ăn liền**	I often eat instant food. Tôi thường ăn đồ ăn liền.

＋ インスタントラーメン instant ramen / mì ăn liền・インスタントコーヒー instant coffee / cà phê hòa tan・カップラーメン cup ramen / mì ly

358 □ 名	かんづめ	かんづめは 料理(りょうり)に 便利(べんり)です。
	canned food **đồ hộp**	Canned food is convenient for cooking. Đồ hộp thì tiện cho nấu ăn.
359 □ 名	家事(かじ)	家事(かじ)の 中(なか)で 料理(りょうり)が いちばん 好(す)きです。
	house chore **việc nhà**	Cooking is my favorite house chore. Tôi thích nấu ăn nhất trong các công việc nhà.

Section 4

買い物（かいもの）

Shopping / Đi chợ, mua sắm

278 - 419

360 □ 名	ねだん **price** **giá cả**	ねだんを 見（み）てから、くつを 買（か）います。 I buy shoes after looking at the price. Sau khi xem giá, tôi sẽ mua giày.
361 □ 動	上（あ）がる **to increase** **tăng**	食料品（しょくりょうひん）の ねだんが 上（あ）がりました。 The price of food has increased. Giá cả thực phẩm đã tăng lên.

↔ 下（さ）がる

362 □ 名	バーゲン **bargain** **đợt giảm giá, sự giảm giá**	明日（あした）から 夏（なつ）の バーゲンが 始（はじ）まります。 Summer bargains start tomorrow. Từ ngày mai đợt bán giảm giá mùa hè bắt đầu.

= セール・バーゲンセール

363 □ 名	割引（わりびき） **discount** **sự giảm giá, bớt, bán rẻ**	この レストランは 学生（がくせい）の 割引（わりびき）が あります。 This restaurant offers a student discount. Nhà hàng này có giảm giá cho sinh viên.

＋ 学生割引（がくせいわりびき） student discount / giảm giá cho sinh viên・割（わ）り引（び）く to discount / giảm giá

364 □ 名	無料（むりょう） **free** **miễn phí**	この 雑誌（ざっし）は 無料（むりょう）です。 This magazine is free. Tạp chí này miễn phí.

= タダ（Used primarily in conversation / văn nói）

365 □ 名	有料（ゆうりょう） **having a fee/charge** **tốn tiền, tốn phí**	この トイレは 有料（ゆうりょう）です。 You have to pay a fee to use this toilet. Nhà vệ sinh này tốn phí.

366 □ 名	さいふ **wallet** **ví, bóp**	さいふを 家(いえ)に わすれて きました。 I left my wallet at home. Tôi đã để quên ví ở nhà.
367 □ 名	レジ **(cash) register** **quầy tính tiền, quầy thâu ngân**	レジの 前(まえ)に 10人(じゅうにん)くらい 並(なら)んで います。 There are about 10 lined up in front of the register. Trước quầy thâu ngân có khoảng 10 người xếp hàng.
368 □ 名	計算(けいさん)〈する〉 **calculation** **sự tính toán**	計算(けいさん)するのに、時間(じかん)が かかります。 It will take some time to calculate. Mất thời gian để tính toán.
369 □ 名	店員(てんいん) **store employee** **nhân viên**	この スーパーの 店員(てんいん)は 親切(しんせつ)です。 The store employees at this supermarket are kind. Nhân viên siêu thị này tử tế.
		➕ 係員(かかりいん) clerk, official / nhân viên, người phụ trách
370 □ 動	数(かぞ)える **to count** **đếm**	バナナが 何本(なんぼん) あるか、数(かぞ)えて ください。 Please count the bananas. Hãy đếm xem có bao nhiêu quả chuối?
371 □ 動	払(はら)う **to pay** **trả tiền**	どこで お金(かね)を 払(はら)ったら いいですか。 Where should I pay the money? Trả tiền ở đâu thì được?
372 □ 名	サイン〈する〉 **signature** **chữ ký, việc ký tên**	こちらに サインを おねがいします。 Please sign here. Vui lòng ký tên vào đây.
373 □ 動	足(た)りる **to be enough, to be sufficient** **đủ**	お金(かね)が ちょっと 足(た)りません。 There's not quite enough money. Hơi thiếu tiền một chút.
374 □	［お］つり	おつりを もらうのを わすれました。

	名	change tiền thối	I forgot to get my change. Tôi đã quên nhận tiền thối.
375 □		レシート	買(か)い物(もの)のとき、レシートを もらいます。
	名	receipt biên lai	I get receipts when I go shopping. Khi mua hàng (mua sắm), tôi nhận biên lai.
376 □		りょうしゅう書(しょ)	レストランで りょうしゅう書(しょ)を もらいました。
	名	formal receipt hóa đơn	I got a formal receipt at the restaurant. Tôi đã nhận hóa đơn tại nhà hàng.
377 □		ふくろ	いつも ふくろを 持(も)って、買(か)い物(もの)に 行(い)きます。
	名	bag bao, túi	I always take a bag when I go shopping. Tôi luôn đem theo túi để đi mua sắm.

➕ ビニールぶくろ plastic bag / bao ni-lông・買(か)い物(もの)ぶくろ shopping bag / bao, túi đi chợ

378 □		取(と)りかえる	くつを 取(と)りかえて もらいました。
	動	to exchange, to replace đổi	I had them exchange the shoes. Tôi đã được đổi đôi giày.
379 □		さがす	ピンクの セーターを ずっと さがして います。
	動	to look for tìm	I've been looking for a pink sweater for a while. Tôi tìm chiếc áo len màu hồng lâu nay.
380 □		えらぶ	プレゼントを えらぶのは とても 楽(たの)しいです。
	動	to choose, to pick chọn	I'm glad that I can pick the present. Việc chọn quà rất vui.
381 □		包(つつ)む	この シャツを 包(つつ)んで ください。
	動	to wrap gói	Please wrap this shirt. Vui lòng gói cái áo này.
382 □		(お金(かね)を) 下(お)ろす	銀行(ぎんこう)で お金(かね)を 下(お)ろします。
	動	to withdraw (money) rút (tiền)	I withdraw money at the bank. Tôi rút tiền tại ngân hàng.

383 売れる（うれる）［動］
to sell well, to be selling
bán chạy

ここの パンは とても 売れて（うれて） います。
The bread here is selling really well.
Bánh mì ở đây bán rất chạy.

＋ 売る（うる） to sell / bán

384 食料品（しょくりょうひん）［名］
food product
thực phẩm

この 店（みせ）の 食料品（しょくりょうひん）は 安い（やすい）です。
This store's food products are inexpensive.
Hàng thực phẩm ở cửa hàng này rẻ.

385 おもちゃ［名］
toy
đồ chơi

おもちゃ売り場（うりば）は 5階（かい）です。
The toy sales department is on the fifth floor.
Nơi bán đồ chơi ở tầng 5.

＋ 人形（にんぎょう） doll / búp bê

386 パンフレット［名］
pamphlet
tờ bướm quảng cáo

パンフレットを 読んで（よんで）から、パソコンを 買います（かいます）。
I'm going to buy a computer after I read the pamphlet.
Sau khi đọc tờ bướm quảng cáo, tôi sẽ mua máy tính cá nhân.

387 日本製（にほんせい）［名］
Japanese-made
hàng (sản xuất tại) Nhật

これは 日本製（にほんせい）の テレビです。
This is a Japanese-made TV.
Đây là tivi hàng Nhật.

＋ 外国製（がいこくせい） foreign-made / hàng nước ngoài・イタリア製（せい） Italian-made / hàng Ý・アメリカ製（せい） American-made / hàng Mỹ

388 本物（ほんもの）［名］
real, authentic
đồ thật, hàng thật

これが 本物（ほんもの）なら、高くて（たかくて）も 買いたい（かいたい）です。
If this is real, I'd buy it even if it were expensive.
Nếu đây là hàng thật thì có đắt tôi cũng muốn mua.

⇔ にせ物（にせもの）

Section 5

場所（ばしょ）

Places / Nơi, chỗ

389	場所（ばしょ）	行って（い）みたい 場所（ばしょ）が たくさん あります。
名	place, location nơi, chỗ	There are places I want to go. Có nhiều chỗ tôi muốn đi thử.

＝ ところ

390	駅前（えきまえ）	駅前（えきまえ）に 新しい（あたら）スーパーが できました。
名	in front of the station trước nhà ga	A new store opened in front of the station. Trước nhà ga có một siêu thị mới.
391	交番（こうばん）	駅前（えきまえ）の 交番（こうばん）で 道（みち）を 聞き（き）ました。
名	police box đồn (bốt) cảnh sát	I asked for directions at the police box in front of the station. Tôi đã hỏi đường tại đồn cảnh sát trước nhà ga.
392	市役所（しやくしょ）	駅（えき）から 市役所（しやくしょ）まで バスが あります。
名	city hall, city office ủy ban thành phố	There is a bus that goes from the station to the city office. Có xe buýt từ nhà ga đến ủy ban thành phố.

＋ 区役所（くやくしょ） ward office / ủy ban quận

393	バス停（てい）	うちの すぐ 近く（ちか）に バス停（てい）が あります。
名	bus stop trạm xe buýt	There is a bus stop right by my house. Gần ngay nhà có trạm xe buýt.
394	広場（ひろば）	子（こ）どもたちと 広場（ひろば）で 遊び（あそ）ましょう。
名	wide open area, field quảng trường	Let's play with the children in the field. Hãy chơi với bọn trẻ ở quảng trường nào.
395	城（しろ）	この 城（しろ）は ４５０（よんひゃくごじゅう）年前（ねんまえ）に 建て（た）られました。
名	castle thành, lâu đài	This castle was built 450 years ago. Lâu đài này được xây dựng vào 450 năm trước.

396 □ 名	神社 (じんじゃ)	お正月(しょうがつ)に 友(とも)だちと 神社(じんじゃ)へ 行(い)きました。
	shrine **đền thờ Thần đạo**	On New Year's Day, I went to a shrine with my friend. Ngày Tết, tôi đã đi đền thờ Thần đạo với bạn.

➕ 寺(てら) temple / chùa

397 □ 名	教会 (きょうかい)	近所(きんじょ)に 古(ふる)い 教会(きょうかい)が あります。
	church **nhà thờ**	There is an old church in my neighborhood. Ở gần nhà có ngôi nhà thờ cổ.
398 □ 名	港 (みなと)	ときどき 港(みなと)まで 散歩(さんぽ)します。
	harbor **cảng**	Sometimes I walk to the harbor. Thỉnh thoảng tôi đi dạo đến tận cảng.

The names of bays are read as ○○こう, like, for example よこはま港.
Tên của cảng thì đọc là「○○こう」. Ví dụ: Yokohama kou (cảng Yokohama).

399 □ 名	動物園 (どうぶつえん)	動物園(どうぶつえん)へ パンダを 見(み)に 行(い)きます。
	zoo **sở thú**	I'm going to the zoo to see the pandas. Tôi sẽ đi sở thú xem gấu trúc.
400 □ 名	美術館 (びじゅつかん)	休(やす)みの日(ひ)に よく 美術館(びじゅつかん)へ 行(い)きます。
	art museum **bảo tàng mỹ thuật**	On my days off, I often go to the art museum. Ngày nghỉ tôi thường đi viện bảo tàng mỹ thuật.

➕ てんらん会(かい) exhibition / cuộc triển lãm

401 □ 名	遊園地 (ゆうえんち)	日曜日(にちようび)に 家族(かぞく)で 遊園地(ゆうえんち)に 行(い)きます。
	amusement park **khu vui chơi giải trí**	My family is going to the amusement park on Sunday. Ngày chủ nhật cả nhà sẽ đi khu vui chơi giải trí.
402 □ 名	スキー場 (じょう)	あと１時間(じかん)で スキー場(じょう)に 着(つ)きます。
	ski resort, snow resort **khu (sân) trượt tuyết**	We will arrive at the snow resort in one hour. Một tiếng nữa là đến khu trượt tuyết.
403 □ 名	温泉 (おんせん)	日本(にほん)には たくさんの 温泉(おんせん)が あります。
	hot springs **suối nước nóng**	There are many hot springs in Japan. Ở Nhật có rất nhiều suối nước nóng.

404 □ 名	駐車場（ちゅうしゃじょう）	マンションに 広い（ひろ） 駐車場（ちゅうしゃじょう）が あります。
	parking lot bãi đậu xe	There is a big parking lot by the condominium building. Ở chung cư có bãi đậu xe rộng.

＋ 駐車（ちゅうしゃ）〈する〉 parking/to park / việc đậu xe・駐車禁止（ちゅうしゃきんし） no parking / cấm đậu xe

405 □ 名	屋上（おくじょう）	この ビルの 屋上（おくじょう）には 出（で）られません。
	roof sân thượng	You can't go out on the roof of this building. Không thể ra sân thượng của nhà tòa nhà này.
406 □ 名	地下（ちか）	デパートの 地下（ちか）で ケーキを 買（か）います。
	basement tầng hầm	I'm going to buy a cake in the basement of this department store. Tôi mua bánh kem tại tầng hầm trung tâm thương mại.
407 □ 名	いなか	いなかに 住（す）みたいです。
	countryside vùng quê	I want to live in the countryside. Tôi muốn sống ở vùng quê.
408 □ 名	郊外（こうがい）	去年（きょねん）、東京（とうきょう）の 郊外（こうがい）に ひっこしました。
	suburbs ngoại ô	I moved to the suburbs of Tokyo last year. Năm ngoái, tôi dọn đến vùng ngoại ô Tokyo.
409 □ 名	方言（ほうげん）	私（わたし）の いなかには 方言（ほうげん）が あります。
	dialect tiếng địa phương, phương ngữ	In the countryside where I'm from, we have our own dialect. Ở quê tôi có tiếng địa phương.

＋ 関西弁（かんさいべん） Kansai dialect / tiếng địa phương vùng Kansai・東北弁（とうほくべん） Tohoku dialect / tiếng địa phương vùng Tohoku

410 □ 名	禁煙（きんえん）〈する〉	ここは 禁煙（きんえん）ですから、あちらで どうぞ。
	no smoking cấm hút thuốc	There is no smoking here, but please help yourself over there. Vì ở đây cấm hút thuốc, nên vui lòng hút ở đằng kia.

⇔ きつ煙（えん）〈する〉

Section 5

411 □ 名	立入禁止（たちいりきんし）	ここは 立入禁止（たちいりきんし）です。
	no entrance, entrance prohibited **cấm vào**	Entrance is prohibited in this area. Nơi đây cấm vào.

➕ 使用禁止（しようきんし） use prohibited / cấm sử dụng

412 □ 名	通り（とお）	ここが 町（まち）で いちばん 広い（ひろ） 通り（とお）です。
	street **con đường, đường đi**	This is the widest street in the city. Đây là con đường rộng nhất thị trấn này.

➕ 道（みち） street, road / con đường, đường đi

413 □ 名	右側（みぎがわ）	この 道（みち）の 右側（みぎがわ）に 銀行（ぎんこう）が あります。
	right-side **bên phải**	There is a bank on the right side of this street. Bên phải con đường này có ngân hàng.

↔ 左側（ひだりがわ）

414 □ 名	間（あいだ）	花屋（はなや）と 本屋（ほんや）の 間（あいだ）に カフェが あります。
	in between, between **khoảng giữa, giữa**	There is a café between the flower shop and the bookstore. Giữa tiệm hoa và tiệm sách có tiệm cà phê.
415 □ 名	真ん中（まんなか）	町（まち）の 真ん中（まんなか）に 大きい（おお） 公園（こうえん）が あります。
	in the middle **chính giữa**	There is a large park in the middle of the city. Chính giữa thị trấn có một công viên rộng lớn.
416 □ 名	向こう（む）	山（やま）の 向こう（む）に ホテルが できました。
	on the other side **bên kia**	A hotel opened on the other side of the mountain. Bên kia núi có một khách sạn mới được dựng lên.
417 □ 動	たずねる	おばあさんに 道（みち）を たずねられました。
	to ask **hỏi thăm**	A old woman asked me for directions. Tôi được bà lão hỏi thăm đường.
418 □ 動	寄る（よ）	学校（がっこう）へ 行く（い） 前（まえ）に 銀行（ぎんこう）に 寄り（よ）ました。
	to stop by, to drop by **ghé**	I'm going to stop by the bank before going to school. Trước khi đến trường, tôi đã ghé ngân hàng.

419	(ビルが)できる	駅の前に大きいビルができました。
動	**(a building) to be opened** **(tòa nhà) được dựng lên**	A large building opened up in front of the station. Trước nhà ga có một tòa nhà lớn được dựng lên.

これも おぼえよう！❶

動物(どうぶつ) Animals / Động vật

ライオン	lion / sư tử	トラ	tiger / cọp (hổ)
ゾウ	elephant / voi	ゴリラ	gorilla / khỉ đột
チンパンジー	chimpanzee / tinh tinh	クマ	bear / gấu
キリン	giraffe / hươu cao cổ	ペンギン	penguin / chim cánh cụt
ワニ	alligator, crocodile / cá sấu	イルカ	dolphin / cá heo

数(かぞ)えることば Words for Counting / Từ đếm

- ～冊(さつ) ~ books / ~quyển — books / sách

  1冊(いっさつ) 2冊(にさつ) 3冊(さんさつ) 4冊(よんさつ) 5冊(ごさつ)

- ～杯(はい/ばい/ぱい) ~ glasses / ~ly, cốc, tách — drinks in a glass / thức uống có trong ly

  1杯(いっぱい) 2杯(にはい) 3杯(さんばい) 4杯(よんはい) 5杯(ごはい)

- ～匹(ひき/びき/ぴき) ~ animals / ~con (vật) — animals / động vật

  1匹(いっぴき) 2匹(にひき) 3匹(さんびき) 4匹(よんひき) 5匹(ごひき)

- ～本(ほん/ぼん/ぽん) ~ things / ~cây, cái — long objects, trains, e-mails / vật dài, tàu điện, mail v.v.

  1本(いっぽん) 2本(にほん) 3本(さんぼん) 4本(よんほん) 5本(ごほん)

- ～番目(ばんめ) number ~ / thứ ~ — numerical order / thứ tự

  1番目(いちばんめ) 2番目(にばんめ) 3番目(さんばんめ) 4番目(よんばんめ) 5番目(ごばんめ)

- ～軒(けん/げん) ~ place / ~căn, cái — houses, stores / nhà, tiệm

  1軒(いっけん) 2軒(にけん) 3軒(さんげん) 4軒(よんけん) 5軒(ごけん)

- ～位(い) time / hạng ~ — place in a contest / thứ hạng trong cuộc thi, kỳ thi v.v.

  1位(いちい) 2位(にい) 3位(さんい) 4位(よんい) 5位(ごい)

日本（にほん）の「47都道府県（とどうふけん）」と「大（おお）きな都市（とし）」

The 47 Prefectures and Major Cities of Japan
47 tỉnh, thành và các thành phố lớn của Nhật

• ～県（けん） ~ Prefecture / tỉnh~

1 北海道（ほっかいどう） 2 青森県（あおもりけん） 3 岩手県（いわてけん） 4 秋田県（あきたけん） 5 宮城県（みやぎけん） 6 山形県（やまがたけん）

7 福島県（ふくしまけん） 8 新潟県（にいがたけん） 9 群馬県（ぐんまけん） 10 栃木県（とちぎけん） 11 茨城県（いばらきけん） 12 千葉県（ちばけん）

13 埼玉県（さいたまけん） 14 東京都（とうきょうと） 15 神奈川県（かながわけん） 16 山梨県（やまなしけん）

17 長野県（ながのけん） 18 静岡県（しずおかけん） 19 愛知県（あいちけん） 20 岐阜県（ぎふけん）

21 富山県（とやまけん） 22 石川県（いしかわけん） 23 福井県（ふくいけん） 24 滋賀県（しがけん）

25 三重県（みえけん） 26 奈良県（ならけん） 27 和歌山県（わかやまけん） 28 大阪府（おおさかふ）

29 京都府（きょうとふ） 30 兵庫県（ひょうごけん） 31 岡山県（おかやまけん） 32 鳥取県（とっとりけん）

33 島根県（しまねけん） 34 広島県（ひろしまけん） 35 山口県（やまぐちけん） 36 香川県（かがわけん）

37 徳島県（とくしまけん） 38 高知県（こうちけん） 39 愛媛県（えひめけん）

40 福岡県（ふくおかけん） 41 佐賀県（さがけん） 42 長崎県（ながさきけん）

43 熊本県（くまもとけん） 44 大分県（おおいたけん） 45 宮崎県（みやざきけん）

46 鹿児島県（かごしまけん） 47 沖縄県（おきなわけん）

• ～市（し） ~ City / thành phố~

札幌市（さっぽろし） 仙台市（せんだいし） 新潟市（にいがたし） 横浜市（よこはまし） 金沢市（かなざわし） 静岡市（しずおかし） 名古屋市（なごやし） 京都市（きょうとし）

大阪市（おおさかし） 神戸市（こうべし） 岡山市（おかやまし） 広島市（ひろしまし） 福岡市（ふくおかし） 熊本市（くまもとし） 長崎市（ながさきし）

N4

Chapter 4

出(で)かけよう！

Let's Go Out!
Hãy đi ra ngoài nào!

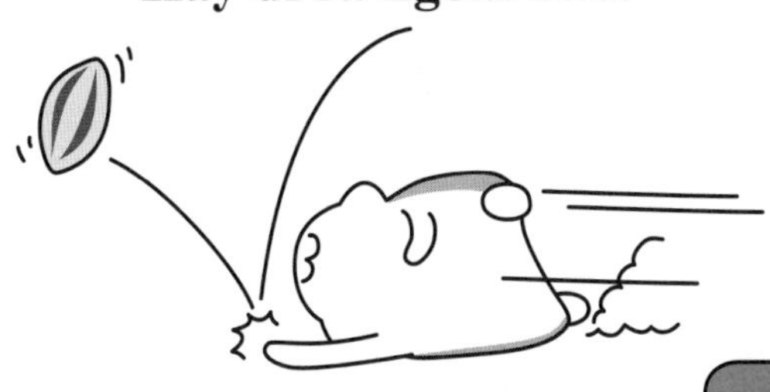

Section 1

天気（てんき）

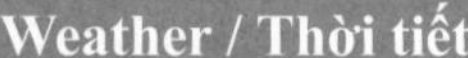

Weather / Thời tiết

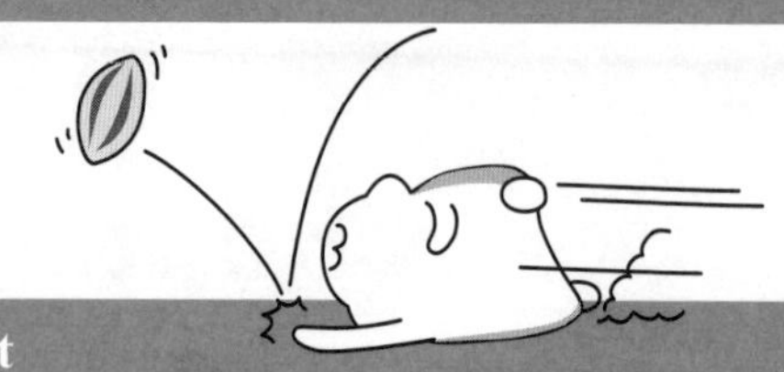

420 □ 名	天気予報（てんきよほう）	毎朝（まいあさ）、天気予報（てんきよほう）を チェックします。
	weather forecast **dự báo thời tiết**	I check the weather report every day. Mỗi sáng tôi đều theo dõi (kiểm tra) dự báo thời tiết.
421 □ 名	青空（あおぞら）	今日（きょう）は とても きれいな 青空（あおぞら）です。
	blue sky **bầu trời xanh**	Today, there are very beautiful blue skies. Hôm nay trời xanh rất đẹp.
422 □ 動	晴（は）れる	明日（あした）は 晴（は）れるでしょう。
	to be clear **(trời) nắng**	The weather is probably going to be clear tomorrow. Ngày mai có lẽ trời nắng ráo.

＋ 晴（は）れ clear weather / thời tiết đẹp, trời nắng ráo

423 □ 名	くもり	今週（こんしゅう）は 毎日（まいにち） くもりです。
	cloudy weather **thời tiết âm u, trời âm u**	It's going to be cloudy every day this week. Tuần này trời âm u mỗi ngày.

＋ くもる to be cloudy / âm u

424 □ 名	風（かぜ）	強（つよ）い 風（かぜ）で 電車（でんしゃ）が 止（と）まって しまいました。
	wind **gió**	The trains were stopped due to strong winds. Vì gió lớn nên tàu điện ngừng mất rồi.
425 □ 動	吹（ふ）く	今日（きょう）は とても 強（つよ）い 風（かぜ）が 吹（ふ）いて います。
	to blow **thổi**	Today, there are very strong winds blowing. Hôm nay gió thổi rất mạnh.
426 □ 動	やむ	雨（あめ）は もうすぐ やむでしょう。
	to stop **tạnh, ngưng**	The rain is probably going to stop soon. Có lẽ mưa sắp tạnh.

427 □ 名	台風（たいふう） **typhoon** **bão**	大（おお）きい 台風（たいふう）が 来（く）るかもしれません。 A large typhoon might come. Có thể một cơn bão lớn sẽ đến.
428 □ 名	かみなり **thunder** **sấm**	私（わたし）は かみなりが 大（だい）きらいです。 I really hate thunder. Tôi rất ghét sấm.
429 □ 名	レインコート **raincoat** **áo mưa**	明日（あした）は レインコートを 着（き）て、出（で）かけます。 I'm going to wear a raincoat when I go out tomorrow. Ngày mai tôi sẽ mặc áo mưa để ra ngoài.

➕ レインブーツ rain boots / giày (ủng) đi mưa

430 □ 動	（かさを） さす **to hold (an umbrella)** **che (dù)**	たくさんの 人（ひと）が かさを さして います。 There are many people holding umbrellas. Nhiều người đang che dù.
431 □ 動	ぬれる **to get wet** **bị ướt**	かさが なくて、服（ふく）が ぬれて しまいました。 I didn't have an umbrella, so my clothes got wet. Vì không có dù nên tôi bị ướt hết áo quần.

➕ （～を） ぬらす to get wet, to make wet / làm ướt

432 □ 名	波（なみ） **wave** **sóng**	今日（きょう）は 波（なみ）が 高（たか）いです。 The waves are high today. Hôm nay sóng lớn (cao).
433 □ 名	気温（きおん） **(atmospheric) temperature** **nhiệt độ (thời tiết)**	今日（きょう）は 気温（きおん）が 上（あ）がりそうです。 The temperature seems like it's going to rise today. Hôm nay nhiệt độ có vẻ tăng.

➕ 温度（おんど） temperature / nhiệt độ (nói chung)・湿度（しつど） humidity / độ ẩm

434 □ 動	冷（ひ）える **to be chilled, to be cold** **bị lạnh**	ずっと 外（そと）に いたので、体（からだ）が 冷（ひ）えました。 I was outside for a while, so my body got cold. Vì ở ngoài trời suốt nên cơ thể bị lạnh.

435 □ 動	比べる(くら)	日本(にほん)と 比べる(くら)と、私(わたし)の 国(くに)は とても 寒(さむ)いです。
	to compare **so sánh**	Compared to Japan, my country is very cold. So với Nhật, nước tôi rất lạnh.

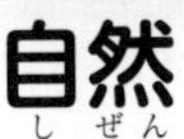

Section 2 自然（しぜん）

Nature / Tự nhiên

436 □ 名	地震（じしん） earthquake động đất	きのうの 夜（よる）、小（ちい）さな 地震（じしん）が ありました。 There was a small earthquake last night. Tối hôm qua có một trận động đất nhỏ.
437 □ 名	津波（つなみ） tsunami sóng thần	地震（じしん）の ときは 津波（つなみ）が 心配（しんぱい）です。 Tsunamis are a concern when there are earthquakes. Khi có động đất thì lo có sóng thần.
438 □ 名	太陽（たいよう） sun mặt trời	夏（なつ）は 太陽（たいよう）が とても 高（たか）く なります。 In the summer, the sun gets very high in the sky. Mùa hè mặt trời trở nên cao.
439 □ 名	空（そら） sky bầu trời	雲（くも）が ない きれいな 空（そら）です。 It's a beautiful cloudless sky. Bầu trời đẹp không mây.
440 □ 名	月（つき） moon mặt trăng	今晩（こんばん）は 月（つき）が 明（あか）るく 見（み）えます。 The moon looks so bright tonight. Tối nay có thể thấy trăng sáng.
441 □ 名	星（ほし） star ngôi sao	今夜（こんや）は 星（ほし）が たくさん 見（み）えます。 There are a lot of visible stars tonight. Đêm nay có thể thấy nhiều sao.
442 □ 動	光（ひか）る to light up, to shine chiếu sáng	星（ほし）が 光（ひか）って、きれいです。 The stars are shining beautifully. Ngôi sao chiếu sáng rất đẹp.

＋ 光（ひかり） light / ánh sáng

443 □ 名
宇宙 うちゅう
いつか 宇宙(うちゅう)に 行(い)って みたいです。
space, universe
vũ trụ
Some day, I want to go into space.
Một ngày nào đó tôi muốn đi vũ trụ thử.

➕ 宇宙旅行(うちゅうりょこう) trip to space / du lịch vũ trụ・ロケット rocket ship / tên lửa・地球(ちきゅう) earth / trái đất

444 □ 名
空気 くうき
いなかは 空気(くうき)が とても おいしいです。
atmosphere
không khí
The air is very clear in the countryside.
Ở miền quê không khí rất trong lành.

445 □ 名
島 しま
日本(にほん)には 6800(ろくせんはっぴゃく)の 島(しま)が あるそうです。
island
đảo
I hear there are 6,800 islands in Japan.
Nghe nói ở Nhật có 6800 hòn đảo.

446 □ 名
海岸 かいがん
この 町(まち)には きれいな 海岸(かいがん)が あります。
beach, coast
bờ biển
There is a clean beach in this town.
Thị trấn này có bờ biển đẹp.

447 □ 名
林 はやし
林(はやし)の 中(なか)に いろいろな 動物(どうぶつ)が います。
woods
rừng
There are many different animals in the woods.
Trong rừng có nhiều loại động vật.

➕ 森(もり) forest / rừng (rậm)

448 □ 名
湖 みずうみ
公園(こうえん)に 大(おお)きい 湖(みずうみ)が あります。
lake
hồ
There is a large lake in the park.
Trong công viên có một cái hồ lớn.

☞ The names of lakes are read as ○○こ, as in びわ湖
Tên của hồ thì đọc là「○○こ」. Ví dụ: Biwa ko (hồ Biwa).

449 □ 名
池 いけ
むかし、よく この 池(いけ)で 泳(およ)ぎました。
pond
ao
In the past, I often swam in this pond.
Ngày xưa tôi thường bơi ở cái ao này.

450 □
虫 むし
兄(あに)と よく 虫(むし)を とりに 行(い)きました。

名	insect sâu, côn trùng	I often went to catch bugs with my older brother. Tôi thường đi bắt côn trùng với anh trai.

451	鳥(とり)	鳥(とり)の かわいい 声(こえ)で 起(お)きました。
名	bird chim	I was awoken by the cute sound of birds chirping. Tôi thức dậy vì tiếng chim (hót) dễ thương.

➕ 小鳥(ことり) small bird / chim non

452	季節(きせつ)	私(わたし)が いちばん 好(す)きな 季節(きせつ)は 秋(あき)です。
名	season mùa	My favorite season is fall. Mùa tôi thích nhất là mùa thu.

➕ 春(はる) spring / mùa xuân・夏(なつ) summer / mùa hè・秋(あき) fall / mùa thu・冬(ふゆ) winter / mùa đông

453	紅葉(こうよう)	もうすぐ 紅葉(こうよう)の 季節(きせつ)です。
名	autumn foliage, leaves turning color in the fall lá đỏ	It is almost the season for the leaves to change color. Sắp đến mùa lá đỏ.

➕ 紅葉(もみじ) autumn foliage, leaves turning color in the fall, maple / lá đỏ (lá phong)

454	[お] 花見(はなみ)	週末(しゅうまつ)、お花見(はなみ)を するつもりです。
名	flower viewing ngắm hoa	I intent to go flower viewing this weekend. Cuối tuần tôi định đi ngắm hoa.

➕ さくら cherry blossoms / hoa anh đào・うめ plum blossoms / hoa mai

455	咲(さ)く	公園(こうえん)に 花(はな)が 咲(さ)いて います。
動	to bloom nở	The flowers are in bloom in the park. Trong công viên hoa đang nở.
456	葉(は)	この 花(はな)の 葉(は)は きれいです。
名	leaf lá	The leaves of this flower are beautiful. Lá của bông hoa này đẹp.

= 葉(は)っぱ (Used primarily in conversation / văn nói)

457 □ 名	枝（えだ）	木（き）の 枝（えだ）に 鳥（とり）が 止（と）まって います。
	branch cành cây	There is a bird perched on the branch of a tree. Con chim đang đậu trên cành cây.
458 □ 動	折（お）れる	台風（たいふう）で 木（き）が 折（お）れて しまいました。
	to be broken, to be cracked bị gãy	The tree cracked due to the typhoon. Cây cối đã bị gãy vì bão.
459 □ 動	折（お）る	さくらの 枝（えだ）を 折（お）ってはいけません。
	to break to crack bẻ gãy	You mustn't break the branches of cherry blossom trees. Không được bẻ cành cây hoa anh đào.
460 □ 動	植（う）える	庭（にわ）に さくらの 木（き）を 植（う）えました。
	to grow, to plant trồng	I planted a cherry blossom tree in the garden. Tôi đã trồng cây anh đào trong vườn.

Section 3

乗り物

のもの

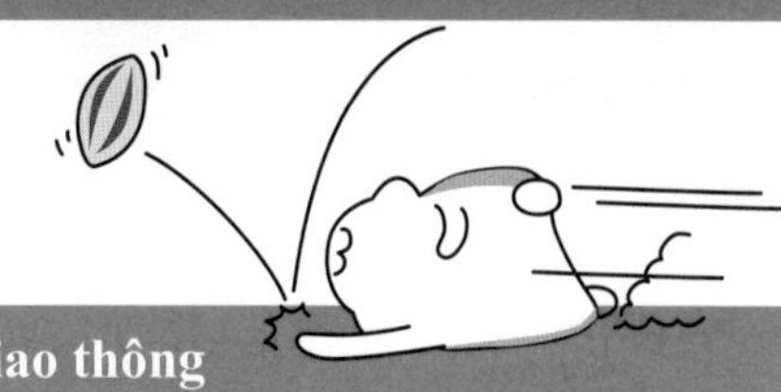

Vehicles / Phương tiện giao thông

461 新幹線 (しんかんせん) 名

Shinkansen, bullet train
tàu shinkansen

大阪まで新幹線で２時間半くらいです。(おおさか / しんかんせん / じかんはん)

It takes about two and a half hours to get to Osaka by bullet train.
Đến Osaka bằng tàu shinkansen mất khoảng 2 tiếng rưỡi.

462 急行 (きゅうこう) 名

express (train)
tàu tốc hành

東京駅まで急行で１５分くらいです。(とうきょうえき / きゅうこう / じゅうごふん)

It's about 15 minutes to Tokyo Station on the express.
Đi tàu tốc hành đến ga Tokyo khoảng 15 phút.

＋ 特急 (とっきゅう) special express (train) / tàu chạy nhanh・各駅停車 (かくえきていしゃ) local (train) / tàu dừng tại các ga

463 夜行バス (やこう) 名

night bus, overnight bus
xe buýt đêm

夜行バスで朝８時ごろ京都に着きました。(やこう / あさ / じ / きょうと / つ)

The night bus arrived in Kyoto around 8:00 in the morning.
Tôi đã đến Kyoto vào khoảng 8 giờ sáng bằng xe buýt đêm.

464 自動車 (じどうしゃ) 名

car, automobile
xe hơi, xe 4 bánh các loại

小さい自動車が人気です。(ちい / じどうしゃ / にんき)

Small cars are popular.
Xe hơi nhỏ được ưa chuộng.

＋ 車 (くるま) car / xe hơi

465 オートバイ 名

motorcycle
xe máy, xe mô-tô

週末、友だちとオートバイで出かけます。(しゅうまつ / とも / で)

On the weekends, I go out with my friend on a motorcycle.
Cuối tuần tôi sẽ đi chơi bằng xe máy với bạn tôi.

＝ バイク

466 船 (ふね) 名

boat, ship
tàu, thuyền

いつか船で世界を旅行したいです。(ふね / せかい / りょこう)

Someday, I want to travel the world on a boat.
Một lúc nào đó tôi muốn đi du lịch thế giới bằng thuyền.

＋ 船便 (ふなびん) mail sent by sea / (hàng gửi) đường biển

467 □ 名	交通（こうつう）	東京は 交通が とても 便利です。（とうきょう こうつう べんり）
	traffic, transportation **giao thông**	Transportation is very convenient in Tokyo. Giao thông Tokyo rất tiện lợi.
468 □ 名	利用〈する〉（りよう）	いつも 地下鉄を 利用して います。（ちかてつ りよう）
	use, usage **việc sử dụng**	I always use the subway. Tôi luôn sử dụng tàu điện ngầm.

＋ 使う（つか） to use / dùng, sử dụng

469 □ 動	降りる（お）	ここで バスを 降り ます。（お）
	to get off (of ~) **xuống (xe, tàu)**	I'm getting off the bus here. Xuống xe buýt tại đây.

↔ （～に） 乗る（の）

470 □ 動	乗りかえる（の）	ここで 地下鉄に 乗りかえて ください。（ちかてつ の）
	to transfer **đổi (xe, tàu)**	Please transfer here to the metro. Hãy đổi sang tàu điện ngầm ở đây.

＋ 乗りかえ（の） transfer / việc đổi (xe, tàu)

471 □ 名	ラッシュ	この電車は ラッシュでも 座れます。（でんしゃ すわ）
	rush hour **giờ cao điểm**	You can find a seat on this train even during rush hour. Tàu điện này giờ cao điểm vẫn có thể ngồi được.
472 □ 動	こむ	朝の 電車は とても こんで います。（あさ でんしゃ）
	to be crowded **đông**	The morning trains are really crowded. Tàu điện buổi sáng rất đông.

＋ 満員（まんいん） full (of people) / sự đông đúc, đầy người・満席（まんせき） all seats are full / sự hết ghế, hết chỗ

473 □ 動	すく	この バスは いつも すいて います。
	to become empty **trống, vắng**	This bus is always empty. Xe buýt này luôn vắng.
474 □	通る（とお）	この 駅には いろいろな 電車が 通って います。（えき でんしゃ とお）

動	to pass through chạy qua, thông qua, ngang qua	Many different trains pass through this station. Nhà ga này có nhiều loại tàu điện chạy qua.
475 □	すぎる	A駅を すぎたら、電車が すきました。 (エーえき / でんしゃ)
動	to pass chạy qua, quá	Once it passed A Station, the train emptied. Chạy qua nhà ga A thì tàu điện vắng.
476 □	開く (あ)	次の 駅で 右の ドアが 開きます。 (つぎ / えき / みぎ / あ)
動	to open (cửa) mở	Doors on the right side will open at the next stop. Ở nhà ga tiếp theo, cửa bên phải sẽ mở.
477 □	開ける (あ)	暑いので、窓を 開けましょう。 (あつ / まど / あ)
動	to open, to make open mở (cửa)	It's hot, so let's open a window. Vì trời nóng, hãy mở cửa sổ ra nào.
478 □	閉まる (し)	右側の ドアが 閉まります。 (みぎがわ / し)
動	to close (cửa) đóng	Doors on the right side will close. Cửa phía bên phải sẽ đóng.
479 □	閉める (し)	寒いので、窓を 閉めて ください。 (さむ / まど / し)
動	to close, to make close, to shut đóng (cửa)	It's cold, so please shut the window. Vì trời lạnh, hãy đóng cửa sổ lại.
480 □	運転手 (うんてんしゅ)	子どもの とき、バスの 運転手に なりたかったです。 (こ / うんてんしゅ)
名	driver tài xế	When I was a child, I wanted to be a bus driver. Khi còn nhỏ, tôi đã muốn trở thành tài xế xe buýt.

= ドライバー　+ ドライブ (go for a) drive / lái xe dạo quanh

481 □	お客さん (きゃく)	この バスは 外国人の お客さんが 多いです。 (がいこくじん / きゃく / おお)
名	passenger, customer hành khách, khách hàng, người khách	There are many foreign passengers on this bus. Xe buýt này hành khách người nước ngoài đông.

In order of politeness (least polite to most polite), 客 → お客さん → お客さま are used.
Thứ tự lịch sự từ thấp đến cao: 客 → お客さん → お客さま

482 □ 名	席（せき）	この 飛行機（ひこうき）に まだ 席（せき）は ありますか。
	seat ghế, chỗ ngồi	Are there still seats on this plane. Máy bay này vẫn còn chỗ chứ?
483 □ 名	おとな	おとな2枚（まい）と 子（こ）ども2枚（まい）、きっぷを ください。
	adult người lớn	Please give me two adult tickets and two children's tickets. Cho tôi 2 vé người lớn và 2 vé trẻ em.
484 □ 名	お年（とし）より	ここは お年（とし）よりの ための 席（せき）です。
	senior citizen, elderly person người lớn tuổi, người già	These seats are for elderly people. Chỗ này là ghế dành cho người già.

Section 4

運転(うんてん)する

Driving / Lái (xe, tàu)

485 □	進(すす)む	道(みち)が こんで いて、車(くるま)が 前(まえ)に 進(すす)めません。
動	to proceed, to move forward tiến lên	The road is congested, so the cars can't move forward. Vì đường đông, xe không thể tiến lên trước được.
486 □	向(む)かう	今(いま)、車(くるま)で 空港(くうこう)に 向(む)かって います。
動	to head to hướng đến, đi đến	I'm heading to the airport in a car now. Bây giờ tôi đang đi (hướng) đến sân bay bằng xe hơi.
487 □	止(と)める	バス停(てい)の 近(ちか)くに 車(くるま)を 止(と)めてはいけません。
動	to stop, to make stop đậu, dừng (xe)	You mustn't park your car near a bus stop. Không được đậu xe gần trạm xe buýt.
488 □	止(と)まる	道(みち)に 大(おお)きい バスが 止(と)まって います。
動	to stop, to come to a stop (xe) dừng, đậu	There is a big bus parked in the street. Chiếc xe buýt lớn đang dừng trên đường.
489 □	運(はこ)ぶ	この 荷物(にもつ)を いっしょに 運(はこ)んで ください。
動	to carry chuyên chở, vận chuyển, khiêng vác	Please carry this luggage along, too. Hãy cùng nhau vận chuyển hành lý.
490 □	そうさ〈する〉	リモコンで 車(くるま)の ドアを そうさします。
名	operation việc điều khiển	The car doors are operated by a remote control. Điều khiển cửa xe hơi bằng đồ điều khiển từ xa.
491 □	回(まわ)す	車(くるま)の ハンドルを 回(まわ)します。
動	to turn vặn, xoay	I turn the wheel of the car. Xoay tay lái xe.

➕ (～が) 回(まわ)る to turn, to be turned / (~) xoay

492 □	事故（じこ）	きのう、道（みち）で 事故（じこ）を 見（み）て しまいました。
名	**accident** **tai nạn**	Yesterday, I saw an accident on the street. Hôm qua tôi đã chứng kiến tai nạn trên đường.
493 □	（事故（じこ）に） あう	交差点（こうさてん）で 事故（じこ）に あって しまいました。
動	**to get into an accident** **gặp (tai nạn)**	I got into an accident at an intersection. Tôi đã gặp tai nạn tại giao lộ.
494 □	ぶつかる	信号（しんごう）の ところで 2台（だい）の タクシーが ぶつかりました。
動	**to bump into something, to hit** **đụng, tông**	Two taxis hit each other at the traffic light. Ở chỗ đèn giao thông, 2 chiếc taxi đã đụng nhau.
495 □	すべる	雪（ゆき）の 日（ひ）は すべりやすいです。
動	**to slip** **trượt**	It's easy to slip on snowy days. Ngày tuyết rất dễ trơn trượt.
496 □	安全（あんぜん）〈な〉	安全（あんぜん）が いちばん 大切（たいせつ）です。（名） 安全（あんぜん）な 道（みち）を 行（い）きましょう。（ナ形）
名 ナ形	**safety/safe** **sự an toàn (an toàn)**	When it comes to driving, safety comes first. Let's take a safe street. Trong lái xe (sự) an toàn là quan trọng nhất. Hãy đi con đường (có tính) an toàn.

➕ 安全運転（あんぜんうんてん） safe driving / lái xe an toàn

497 □	危険（きけん）〈な〉	ここでは 事故（じこ）の 危険（きけん）が あります。（名） この 道（みち）は 車（くるま）が 多（おお）くて、危険（きけん）です。（ナ形）
名 ナ形	**danger/dangerous** **sự nguy hiểm (nguy hiểm)**	Here, there is a danger of getting into an accident. This road is dangerous because there are many cars. Nơi đây có sự nguy hiểm về tai nạn. Con đường này có nhiều xe nên nguy hiểm.

➕ 危（あぶ）ない dangerous / nguy hiểm

498 □ 注意〈する〉(ちゅうい)
名 caution
sự chú ý, lưu ý, nhắc nhở

①車にも 自転車にも 注意しましょう。
②ちこくして、先生に 注意されました。

① Let's be careful of both cars and bikes.
② I got a warning from the teacher for being late.
① Hãy chú ý cả xe hơi lẫn xe đạp.
② Tôi đi trễ nên bị giáo viên nhắc nhở.

① to be careful; ② to be scolded for doing something wrong or making a mistake
① Cẩn thận. ② Bị nhắc nhở, la rầy vì làm việc xấu hay phạm lỗi.

499 □ 赤ちゃん(あか)
名 baby
em bé

姉に 赤ちゃんが 生まれました。

My older sister had a baby.
Chị tôi đã sanh em bé.

➕ ベビー服(ふく) baby clothes / quần áo em bé・ベビーカー stroller / xe đẩy em bé

500 □ 故障〈する〉(こしょう)
名 brake down, disrepair
sự hư hỏng

また 車が 故障しました。

My care broke down again.
Xe hơi lại bị hư.

501 □ とちゅう
名 in the middle of, on the way
giữa chừng, đang (trên đường, làm gì đó)

空港に 行く とちゅうで 事故を 見ました。

I saw an accident on the way to the airport.
Trên đường đi đến sân bay tôi nhìn thấy tai nạn.

502 □ 行き(い/ゆ)
名 ~bound, bound for ~, on the way to
lượt đi, vòng đi, chuyến đi

行きは 道が すいて いました。

The streets were empty going there.
Lượt đi đường vắng.

503 □ 帰り(かえ)
名 on the way back
lượt về, vòng về, chuyến về

帰りは とても こんで いました。

On the way home, it was very crowded.
Lượt về (đường) rất đông.

➕ 行き帰り(いゆかえ) to and from / sự đi và về, đi về

504 □ 名	ガソリン	ガソリンの ねだんが また 上(あ)がりました。
	gasoline xăng	The price of gas has risen again. Giá xăng lại tăng.

➕ ガソリンスタンド gas station, gasoline stand / trạm xăng

505 □ 名	エンジン	あの車(くるま)は エンジンの 音(おと)が 大(おお)きいです。
	engine động cơ	The engine in that car is loud. Tiếng động cơ của chiếc xe hơi đó lớn.
506 □ 名	信号(しんごう)	信号(しんごう)は まだ 赤(あか)です。
	traffic light đèn giao thông	The traffic light is still red. Đèn giao thông vẫn còn đỏ.
507 □ 名	やじるし	美術館(びじゅつかん)では やじるしを 見(み)て、進(すす)んで ください。
	arrow dấu mũi tên	In the art museum, please proceed by looking at (and following) the arrows. Ở viện bảo tàng mỹ thuật, hãy nhìn dấu mũi tên mà đi theo.
508 □ 名	キロ	ここから 彼女(かのじょ)の 家(いえ)まで 2キロ あります。
	kilometer km, kg	There are two kilometers from here to her house. Từ đây đến nhà cô ấy là 2 km.

👉 This can be used as an abbreviation for both kilometers and kilograms.
Dùng với cả "km" và "kg".

Section 5

世界（せかい）

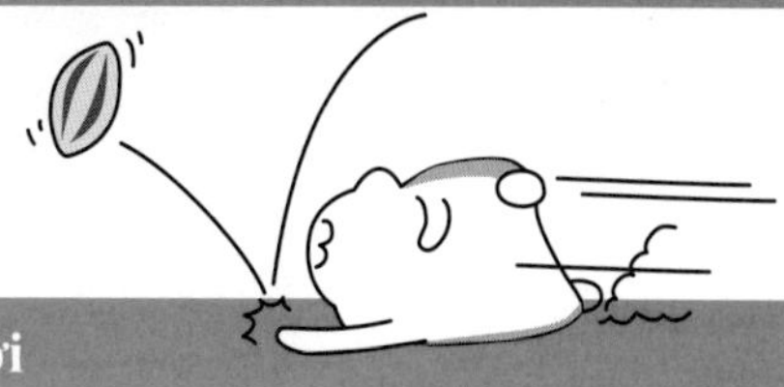

The World / Thế giới

509 □ 名	人口（じんこう） **population** **dân số**	日本（にほん）の人口（じんこう）は 少（すく）なく なって います。 Japan's population is getting smaller. Dân số Nhật Bản trở nên ít đi.
510 □ 名	億（おく） **hundred million, 100,000,000** **trăm triệu**	世界（せかい）には 70億人（ななじゅうおくにん）の 人（ひと）が 住（す）んで います。 There are 7,000,000,000 people in the world. Trên thế giới có 7 tỉ người sinh sống.
511 □ 名	経済（けいざい） **economy** **kinh tế**	アジアの 経済（けいざい）は これから どうなると 思（おも）いますか。 What do you think will happen to Asia's economy from now? Bạn nghĩ kinh tế châu Á từ nay sẽ như thế nào?
512 □ 名	貿易（ぼうえき）〈する〉 **trade** **mậu dịch**	大学（だいがく）を 卒業（そつぎょう）して、貿易（ぼうえき）の 仕事（しごと）が したいです。 I want to graduate from university and work in trade. Tôi muốn tốt nghiệp đại học rồi làm công việc mậu dịch.
513 □ 名	ゆしゅつ〈する〉 **exporting** **việc xuất khẩu**	日本（にほん）は 車（くるま）を たくさん ゆしゅつして います。 Japan exports a lot of cars. Nhật Bản xuất khẩu nhiều xe hơi.
514 □ 名	ゆにゅう〈する〉 **importing** **việc nhập khẩu**	日本（にほん）は 石油（せきゆ）や 原料（げんりょう）を ゆにゅうして います。 Japan imports things like oil and raw materials. Nhật Bản nhập khẩu dầu và nguyên liệu.
515 □ 名	原料（げんりょう） **raw materials** **nguyên liệu**	A社（エーしゃ）は ビールの 原料（げんりょう）を ゆにゅうして います。 A Company imports its raw materials for beer. Công ty A nhập khẩu nguyên liệu bia.

No.	Word	Example
516	石油 (せきゆ) 名	また 石油(せきゆ)の ねだんが 上(あ)がって います。
	oil, petroleum dầu	The price of oil has gone up again. Giá dầu lại tăng.
517	物価 (ぶっか) 名	この 国(くに)は 物価(ぶっか)が 高(たか)いです。
	price of commodities, cost of living vật giá	The cost of living in this country is high. Đất nước này vật giá đắt đỏ.
518	政治 (せいじ) 名	日本(にほん)の 政治(せいじ)を 勉強(べんきょう)して います。
	politics chính trị	I'm studying Japanese politics. Tôi đang học (về) chính trị Nhật Bản.
		＋ 政治家(せいじか) politician / chính trị gia
519	首相 (しゅしょう) 名	日本(にほん)と イギリスの 首相(しゅしょう)が あいさつしました。
	prime minister thủ tướng	The prime ministers of Japan and England greeted each other. Thủ tướng Nhật và Anh đã chào hỏi nhau.
520	大統領 (だいとうりょう) 名	A国(エーこく)の 大統領(だいとうりょう)が 日本(にほん)へ 来(き)ます。
	president tổng thống	The president of A Country came to Japan. Tổng thống nước A sẽ đến Nhật.
521	平和〈な〉 (へいわ) 名 ナ形	平和(へいわ)の ために 何(なに)が できますか。(名) 平和(へいわ)な 国(くに)に 住(す)みたいです。(ナ形)
	peace/peaceful nền hòa bình (hòa bình)	What can we do for peace? I want to live in a peaceful country. Có thể làm được gì cho hòa bình? Tôi muốn sống ở đất nước hòa bình.
522	戦争 (せんそう) 名	戦争(せんそう)が ない 世界(せかい)が いいです。
	war chiến tranh	I'd like to see a world without war. (Tôi mong) Thế giới không có chiến tranh thì tốt.
523	文化 (ぶんか) 名	外国(がいこく)の 文化(ぶんか)を 知(し)りたいです。
	culture văn hóa	I want to know about foreign cultures. Tôi muốn biết văn hóa ngoại quốc.

524	世界遺産 (せかいいさん) 名	日本に世界遺産は いくつ ありますか。 (にほん / せかいいさん)
	World Heritage Site **di sản thế giới**	How many World Heritage Sites are there in Japan? Ở Nhật có bao nhiêu di sản thế giới?
525	世紀 (せいき) 名	2001 年から 21 世紀が 始まって います。 (にせんいち ねん / にじゅういっ せいき / はじ)
	century **thế kỷ**	The 21st century started in 2001. Thế kỷ 21 bắt đầu từ năm 2001.
526	時代 (じだい) 名	今は ロボットが 働く 時代です。 (いま / はたら / じだい)
	period, age **thời đại**	This is the age of working robots. Bây giờ là thời đại người máy làm việc.
527	国際 (こくさい) 名	留学して、国際的な 仕事が したいです。 (りゅうがく / こくさいてき / しごと)
	international **quốc tế**	I want to go on an exchange and find an international job. Tôi muốn du học rồi làm công việc mang tính quốc tế.

➕ 国際結婚 (こくさいけっこん) international marriage / kết hôn quốc tế・国際電話 (こくさいでんわ) international phone call / điện thoại quốc tế・国際化 (こくさいか) globalization / quốc tế hóa

528	世界中 (せかいじゅう) 名	世界中に 友だちを 作りましょう。 (せかいじゅう / とも / つく)
	around the world **khắp thế giới, toàn thế giới**	Let's make friends around the world. Hãy kết bạn khắp thế giới nào.

➕ 日本中 (にほんじゅう) throughout Japan / khắp nước Nhật, toàn nước Nhật・一日中 (いちにちじゅう) throughout the day / cả ngày, suốt ngày・一年中 (いちねんじゅう) year-long, throughout the year / cả năm, suốt năm

これも おぼえよう！ ❷

国・地域 The Country / Regions / Quốc gia - Khu vực

アメリカ	America / Mỹ (Hoa Kỳ)
アルゼンチン	Argentina / Argentina
イギリス	England / Anh
イスラエル	Israel / Isarel
イタリア	Italy / Ý
イラン	Iran / Iran
インド	India / Ấn Độ
インドネシア	Indonesia / Indonesia
ウクライナ	Ukraine / Ukraine
エジプト	Egypt / Ai Cập
オーストラリア	Australia / Úc
オーストリア	Austria / Áo
オランダ	Holland / Hà Lan
カザフスタン	Kazakhstan / Kazakhstan
カナダ	Canada / Canada
ギリシャ	Greece / Hi Lạp
シリア	Syria / Syria
シンガポール	Singapore / Singapore
スウェーデン	Sweden / Thụy Điển
スペイン	Spain / Tây Ban Nha
タイ	Thailand / Thái Lan
チュニジア	Tunisia / Tunisia
チェコ	Czech Republic / Cộng hòa Séc
チリ	Chile / Chile
デンマーク	Denmark / Đan Mạch
ドイツ	Germany / Đức

トルコ	Republic of Turkey / nước Cộng hòa Thổ Nhĩ Kỳ
ニュージーランド	New Zealand / New Zealand
ネパール	Nepal / Nepal
ノルウェー	Norway / Na Uy
ハンガリー	Hungary / Hungary
フィリピン	The Philippines / Philippines
フィンランド	Finland / Phần Lan
ブラジル	Brazil / Brasil
フランス	France / Pháp
ベトナム	Vietnam / Việt Nam
ベルギー	Belgium / Bỉ
ペルー	Peru / Peru
ポーランド	Poland / Ba Lan
ホンジュラス	Republic of Honduras / nước Cộng hòa Honduras
マカオ	Macao / Ma Cao
マレーシア	Malaysia / Malaysia
ミャンマー	Myanmar / Myanmar
メキシコ	Mexico / Mexico
モロッコ	Morocco / Ma Rốc
ルクセンブルク	Luxemburg / Luxembourg
ロシア	Russia / Nga
中国（ちゅうごく）	China / Trung Quốc
韓国（かんこく）	Korea / Hàn Quốc
香港（ほんこん）	Hong Kong / Hồng Kông
台湾（たいわん）	Taiwan / Đài Loan

東（ひがし）	east / đông	西（にし）	west / tây
南（みなみ）	south / nam	北（きた）	north / bắc

N4

Chapter 5

人と人との関係
ひと　ひと　かんけい

Relationships Between People
Mối quan hệ giữa người với người

Section 1

コミュニケーション

Communication / Giao tiếp

529 ☐ 名	メールアドレス	田中(たなか)さんの メールアドレスを 知(し)って いますか。
	mail address địa chỉ e-mail	Do you know Tanaka-san's mail address? Bạn có biết địa chỉ e-mail của anh/ chị Tanaka không?
530 ☐ 名	返事(へんじ)〈する〉	友(とも)だちから メールの 返事(へんじ)が なかなか 来(き)ません。
	reply thư trả lời, sự hồi âm	My friend won't respond to my mail. E-mail hồi âm của bạn tôi mãi không đến.
531 ☐ 動	知(し)り合(あ)う	彼女(かのじょ)とは 友(とも)だちの 紹介(しょうかい)で 知(し)り合(あ)いました。
	to get to know quen biết	I was introduced to her by a friend. Tôi quen biết cô ấy nhờ sự giới thiệu của bạn tôi.
		＋ 知(し)り合(あ)い acquaintance / người quen
532 ☐ 名	紹介(しょうかい)〈する〉	友(とも)だちに 彼女(かのじょ)を 紹介(しょうかい)して もらいました。
	introduction sự giới thiệu	A friend introduced her to me. Tôi được bạn tôi giới thiệu cô ấy.
		＋ 自己紹介(じこしょうかい)〈する〉 self introduction / tự giới thiệu
533 ☐ 動	合(あ)う	その くつは 今日(きょう)の 服(ふく)に 合(あ)いますね。
	to go well with hợp (nhau), phù hợp	Those shoes go well with the clothes you're wearing today. Đôi giày đó hợp với trang phục hôm nay nhỉ.
534 ☐ 名	相談(そうだん)〈する〉	私(わたし)は 母(はは)に 何(なん)でも 相談(そうだん)して います。
	consultation sự bàn bạc, trao đổi, tư vấn	I consult with my mother about everything. Tôi trao đổi với mẹ bất kỳ điều gì.
535 ☐ 名	さんせい〈する〉	みんな 彼(かれ)の 結婚(けっこん)に さんせいして います。
	agreement sự đồng ý	Everyone is in agreement with his marriage. Mọi người tán thành việc kết hôn của anh ấy.

536 □ 名	反対〈する〉 (はんたい)	私の留学に家族は反対していました。
	opposition **sự phản đối**	My parents were against my going on an exchange. Gia đình đã phản đối việc du học của tôi.
537 □ 動	訪ねる (たず)	中国の友だちの家を訪ねたいです。
	to visit **thăm viếng**	I want to visit my Chinese friend's house. Tôi muốn đi thăm nhà người bạn Trung Quốc.
538 □ 名	案内〈する〉 (あんない)	来月、国の友だちに東京を案内します。
	guidance **sự hướng dẫn**	Next month, I'm going to show my friend from my country around Tokyo. Tháng sau, tôi sẽ hướng dẫn (giới thiệu) Tokyo cho bạn tôi từ bên nước qua.
539 □ 動	あげる	父の日にネクタイをあげました。
	to give **cho, tặng (ai đó cái gì)**	I gave my dad a necktie for Father's Day. Tôi đã tặng cà vạt nhân Ngày của Cha.
540 □ 動	くれる	たんじょう日に姉は何もくれませんでした。
	to give, to be given **(ai đó) cho, tặng**	My older sister didn't give me anything for my birthday. Ngày sinh nhật, chị tôi đã không tặng cho tôi gì cả.
541 □ 動	もらう	このペンは友だちにもらいました。
	to receive **nhận**	I got this pen from my friend. Cây bút này tôi nhận từ bạn tôi. (Cây bút này bạn tôi cho tôi)
542 □ 動	贈る (おく)	国に帰る友だちに何を贈ったらいいですか。
	to present, to give (as a gift) **tặng, gửi tặng, trao gửi**	What should I give my friend who is going back to her home country? Tặng gì cho người bạn sẽ về nước thì được?

➕ プレゼントする to give a present (to someone) / làm quà

☞ プレゼントする is only used for physical objects, but 贈る can be used to refer to feelings of gratitude as well. /「プレゼントする」là tặng người khác món đồ có hình dạng (mặt vật chất) còn「贈る」không chỉ dùng cho đồ vật mà còn sử dụng khi nói đến lòng biết ơn v.v.(mặt tinh thần).

543 □ 名	贈り物（おくもの）	この ネックレスは 彼（かれ）からの 贈り物（おくもの）です。
	gift, present **quà tặng**	This necklace is a gift from him. Dây chuyền này là quà tặng từ anh ấy.

➕ プレゼント present / quà tặng, món quà

544 □ 名	[お] 祝い（いわ）	友（とも）だちに 入学（にゅうがく）の お祝い（いわ）を あげました。
	celebration **lời chúc mừng, sự chúc mừng**	I gave a present to my friend to celebrate his acceptance to a new school. Tôi đã chúc mừng bạn tôi nhập học.

➕ お祝い（いわ）する・祝（いわ）う to celebrate / chúc mừng

545 □ 動	わたす	先生（せんせい）に 花（はな）を わたしました。
	to give, to pass, to hand **trao, đưa**	I gave the teacher flowers. Tôi đã trao (tặng) hoa cho thầy cô.
546 □ 動	よろこぶ	母（はは）は 私（わたし）の 贈り物（おくもの）を とても よろこんで くれました。
	to be happy, to be glad **vui mừng**	My mother was very happy at the gift I gave her. Mẹ đã rất vui mừng với món quà của tôi.

➕ よろこび joy, happiness / niềm vui

547 □ 名	おかげ	友（とも）だちの おかげで 毎日（まいにち） 楽（たの）しいです。
	thanks to ~ **nhờ (ơn, công lao)**	Every day is fun thanks to my friends. Nhờ bạn bè mà ngày nào cũng vui vẻ.

➕ おかげさまで thanks to ~ / nhờ trời, nhờ ân huệ (cách nói lịch sự)

548 □ 名	かんしゃ〈する〉	友（とも）だちに いつも かんしゃして います。
	appreciation, thanks **sự cảm tạ, sự biết ơn**	I always give thanks for my friends. Tôi luôn biết ơn bạn bè.
549 □ 名	お礼（れい）〈する〉	先生（せんせい）に お礼（れい）の 手紙（てがみ）を 書（か）きました。
	gratitude **lời cảm ơn**	I wrote a letter of gratitude to my teacher. Tôi đã viết thư cám ơn thầy cô.
550 □	あやまる	自分（じぶん）が 悪（わる）いときは あやまりましょう。

動 **to apologize** **xin lỗi**	Be sure to apologize when you've done something wrong. Khi mình có lỗi hãy xin lỗi.

551 □ えんりょ〈する〉	えんりょしないで、何(なん)でも 言(い)って ください。
名 **restraint, declining** **sự e ngại**	Please don't hesitate to tell me anything. Cứ nói bất cứ chuyện gì, đừng e ngại nhé.

「～はごえんりょください」means please do not ～ / 「～はごえんりょください」(xin miễn~) có nghĩa là「～はしないでください」(xin đừng làm~)

552 □ 気(き)づく	私(わたし)が 髪(かみ)を 切(き)ったのに、夫(おっと)は 気(き)づきませんでした。
動 **to realize, to notice** **để ý, nhận ra**	I cut my hair, but my husband didn't even notice. Tôi đã cắt tóc vậy mà chồng tôi (đã) không nhận ra.

= 気(き)がつく

553 □ 親友(しんゆう)	私(わたし)には 親友(しんゆう)が ３人(にん)います。
名 **good friend, close friend** **bạn thân**	I have three close friends. Tôi có 3 người bạn thân.

554 □ せんぱい	アルバイトの せんぱいに いつも お世話(せわ)に なっています。
名 **senior** **đàn anh/ đàn chị**	My senior at my part-time job always looks after me. Tôi luôn được bậc đàn anh ở chỗ làm thêm chăm sóc.

↔ こうはい

555 □ 彼(かれ)ら	A「あの 人(ひと)たちは？」 B「ああ、彼(かれ)らは 高校(こうこう)の クラスメートです。」
名 **they** **họ**	A: Who are those people? B: Oh, they're a high school classmates of mine. A: Những người đó là...? B: Àa, họ là bạn cùng lớp phổ thông của tôi.

556 □ みんな	家族(かぞく)は みんな 元気(げんき)です。
名 **everyone** **mọi người**	Everyone in my family doing all right. Gia đình tôi mọi người đều khỏe.

「みなさま」「みなさん」are more polite than「みんな」/「みなさん」「みなさま」lịch sự hơn.

557	人気 (にんき)	マリアさんは みんなに 人気(にんき)が あります。
名	**popular** **được ưa thích, được hâm mộ**	Maria-san is popular with everyone. (Chị) Maria được mọi người ưa thích.

➕ 人気者 (にんきもの) popular person / nhân vật được ưa thích

恋人(こいびと)

Lovers / Người yêu

558 □ 名	デート〈する〉	いそがしくて、デートする 時間(じかん)が ありません。
	date cuộc hẹn hò	I'm so busy I don't even have time to date. Tôi bận rộn nên không có thời gian hẹn hò.
559 □ 動	付(つ)き合(あ)う	①あの 二人(ふたり)は いつから 付(つ)き合(あ)って いますか。 ②明日(あした) 買(か)い物(もの)に 付(つ)き合(あ)って ください。
	to date, to be in a relationship with; to spend time with, to do something with someone quen, hẹn hò, cặp bồ, cùng với	① Since when have those two been dating? ② Please come shopping with me tomorrow. ① Hai người đó quen nhau từ khi nào vậy? ② Ngày mai, hãy vui lòng đi mua sắm cùng với tôi nhé.

➕ 付(つ)き合(あ)い association, relationship / việc quen, sự hẹn hò

👉 ① to have an exchange, to become lovers; ② to accompany, to go together with.
① có sự giao lưu, trở thành người yêu. ② đi cùng nhau.

560 □ 動	連(つ)れて行(い)く	恋人(こいびと)を 海(うみ)に 連(つ)れて行(い)って あげたいです。
	to take (a person) with dẫn đi	I want to take my partner to the beach. Tôi muốn dẫn người yêu đi biển.
561 □ 動	連(つ)れて来(く)る	弟(おとうと)が 女(おんな)の子(こ)を 家(いえ)に 連(つ)れて来(き)ました。
	to bring (a person) along dẫn đến	My younger brother brought a girl home. Em trai tôi dẫn người con gái đến nhà.
562 □ 名	[お]見(み)合(あ)い〈する〉	来週(らいしゅう)、レストランで お見(み)合(あ)いを します。
	arranged meeting to find a marriage partner việc gặp mặt qua mai mối	Next week, I'm going to an arrange meeting to find a marriage partner at a restaurant. Tuần sau tôi sẽ gặp mặt qua mai mối tại nhà hàng.

➕ お見(み)合(あ)いパーティー blind date / tiệc gặp mặt qua mai mối

529 - 657

563 □ 名
婚約〈する〉
こんやく
engagement
việc đính hôn

姉が 私の友だちと 婚約しました。
あね わたし とも こんやく
My older sister got engaged to my friend.
Chị tôi đã đính hôn với bạn tôi.

564 □ 名
結婚〈する〉
けっこん
marriage
việc kết hôn

来月、姉が 結婚します。
らいげつ あね けっこん
My older sister is getting married next month.
Tháng sau chị tôi sẽ kết hôn.

⇔ 離婚〈する〉(りこん) ＋ 結婚式(けっこんしき) wedding ceremony / lễ kết hôn・お見合い結婚(みあいけっこん) arranged marriage / việc kết hôn qua mai mối

565 □ 動
知らせる
し
to inform, to let (someone) know
thông báo, cho biết

婚約したことを 友だちに 知らせました。
こんやく とも し
I told my friends I got engaged.
Tôi đã thông báo cho bạn bè việc đã đính hôn.

＋ お知らせ(し) information, notice / bảng thông báo, sự thông báo

566 □ 名
合図〈する〉
あいず
sign, signal
dấu hiệu, sự ra hiệu

二人は 目で 合図を していました。
ふたり め あいず
The two people signaled to each other with their eyes.
Hai người đã ra hiệu bằng mắt.

567 □ 名
けんか〈する〉
fight
việc cãi nhau

あの 二人は いつも けんかして います。
ふたり
Those two are always fighting.
Hai người đó lúc nào cũng cãi nhau.

568 □ 名
うそ
lie
lời nói dối

友だちに うそを ついては いけません。
とも
You mustn't lie to your friend.
Không được nói dối bạn bè.

＋ うそつき liar / kẻ nói dối

569 □ 動
別れる
わか
to separate, to break up
chia tay

二人は 別れて しまいました。
ふたり わか
The two of them broke up.
Hai người đó đã chia tay mất rồi.

570 □
じゃま〈な/する〉

デートに じゃまが 入りました。(名)
はい
この 大きい 荷物は とても じゃまです。(ナ形)
おお にもつ

名 ナ形	**obstacle, hindrance** **sự cản trở (phiền phức)**	Something got in the way of our date. This big luggage is a big hindrance. Có sự cản trở lúc hẹn hò. Kiện hành lý lớn này rất cản trở.
571 □	彼 (かれ)	①私(わたし)の 彼(かれ)は とても やさしい 人(ひと)です。 ②彼(かれ)が 田中(たなか)さんの ご主人(しゅじん)ですか。
名	**he, him; boyfriend** **anh ấy, người yêu (nam)**	① My boyfriend is very gentle. ② Is he Tanaka-san's husband? ① Bạn trai tôi là người rất hiền. ② Anh ấy là chồng của chị Tanaka à?

① lover; ② male pronoun (that man)
① người yêu ② đại từ nhân xưng chỉ "người đàn ông đó"

572 □	彼女 (かのじょ)	①日本(にほん)に 来(き)て、彼女(かのじょ)が できました。 ②彼女(かのじょ)の名前(なまえ)を 知(し)って いますか。
名	**her, she; girlfriend** **cô ấy, người yêu (nữ)**	① After I came to Japan, I got a girlfriend. ② Do you know her name? ① Tôi đến Nhật và có được người yêu. ② Bạn có biết tên cô ấy không?

① lover; ② female pronoun (that woman)
① người yêu ② đại từ nhân xưng chỉ "người phụ nữ đó"

573 □	きみ	彼(かれ)は 私(わたし)を「きみ」と よびます。
名	**you** **em (người con trai gọi người con gái, người lớn gọi người nhỏ)**	He calls me *kimi*. Anh ấy gọi tôi là em.

When calling someone,「～くん」is used. / Khi gọi người khác thì nói "~kun" (cậu ~).

574 □	ぼく	ぼくは きみが 大好(だいす)きです。
名	**me** **tôi (dành cho nam nói)**	I love you. Tôi yêu em.
575 □	独身 (どくしん)	大学(だいがく)の 友(とも)だちは まだ みんな 独身(どくしん)です。
名	**single** **độc thân**	All of my college friends are still single. Bạn đại học mọi người vẫn còn độc thân.

＝ シングル

529 - 657

576 □ 名	関係 かんけい	あの 二人(ふたり)は どういう 関係(かんけい)ですか。
	relationship **mối quan hệ**	What is the relationship between those two? Hai người đó là mối quan hệ như thế nào?
577 □ ナ形	大事な だいじ	彼女(かのじょ)は 私(わたし)の 大事(だいじ)な 人(ひと)です。
	important **quan trọng**	She is an important person to me. Cô ấy là người quan trọng của tôi.
578 □ ナ形	特別な とくべつ	彼女(かのじょ)は ぼくにとって 特別(とくべつ)な 人(ひと)です。
	special **đặc biệt**	She is a special person to me. Cô ấy là người đặc biệt đối với tôi.

トラブル

Trouble / Những rắc rối

529 - 657

579 ☐ 動 **困る**（こま）

to be in trouble, to have trouble with
gặp khó khăn, lúng túng

日本（にほん）の 生活（せいかつ）で 困（こま）って いる ことは ありませんか。
Are you having any problems with life in Japan?
Bạn không gặp khó khăn gì trong cuộc sống ở Nhật chứ?

580 ☐ 名 **わすれ物**（もの）

forgotten item
đồ bỏ quên

電車（でんしゃ）の あみだなに わすれ物（もの）を しました。
I forgot something on the overhead rack on the train.
Tôi đã bỏ quên đồ trên kệ lưới tàu điện.

581 ☐ 動 **なくなる**

to go missing, to be gone
mất

電子辞書（でんしじしょ）が なくなって しまいました。
My electronic dictionary is missing.
Tự điển điện tử đã mất tiêu rồi.

582 ☐ 動 **なくす**

to lose
làm mất

きのう、どこかで さいふを なくしました。
I lost my wallet somewhere yesterday.
Hôm qua tôi đã đánh mất ví ở đâu đó.

583 ☐ 動 **落とす**（お）

to drop
đánh rơi, làm rớt

道（みち）で スマホを 落（お）としました。
I dropped my smartphone on the street.
Tôi đã đánh rơi điện thoại thông minh ở nhà ga.

584 ☐ 動 **落ちる**（お）

to fall
rơi, rớt

荷物（にもつ）が 下（した）に 落（お）ちて しまいました。
My bag fell down there.
Hành lý rớt xuống dưới.

585 ☐ 動 **こわれる**

to break, to fall apart
hư, hỏng

テレビの リモコンが こわれて しまいました。
The TV remote broke.
Đồ điều khiển ti vi đã bị hư mất rồi.

➕ （〜を） こわす to break (something) / làm (~) hư, làm (~) hỏng

586 直す (なお) 動	こわれた エアコンを 直して(なお) ください。
to fix **sửa**	Please fix the broken air conditioner. Vui lòng sửa máy điều hòa đã bị hư.

➕ (～が) 直る(なお) to be fixed / (~) được sửa

587 やぶれる 動	図書館(としょかん)で 借り(か)た 本(ほん)が やぶれて いました。
to be torn **rách**	The book I borrowed from the library was torn. Cuốn sách tôi mượn ở thư viện đã bị rách.

588 やぶる 動	彼(かれ)から 来(き)た 手紙(てがみ)を やぶりました。
to tear **làm rách, xé rách**	I tore up the letter I got from him. Tôi đã xé lá thư của anh ấy.

589 汚す (よご) 動	買(か)ったばかりの シャツを 汚して(よご) しまいました。
to get dirty, to make dirty **làm bẩn**	I got the shirt I just bought dirty. Tôi đã làm bẩn chiếc áo mới mua mất rồi.

590 汚れる (よご) 動	テーブルが 少し(すこ) 汚れて(よご) いますね。
to be dirty **bị bẩn**	The table is a little dirty. Cái bàn hơi bị bẩn một chút nhỉ.

➕ 汚れ(よご) dirt, filth / vết bẩn

591 わる 動	部長(ぶちょう)の カップを わって しまいました。
to crack, to break, to smash **làm bể**	I broke the department chief's cup. Tôi đã làm bể chiếc cốc của trưởng phòng.

592 われる 動	台風(たいふう)で 家(いえ)の 窓(まど)ガラスが われました。
to be cracked, to be broken, to be smashed, to be shattered **bể, vỡ**	The windows in the house were shattered by the typhoon. Kính cửa sổ nhà bị bể vì bão.

593 音 (おと)	外(そと)で 大(おお)きい 音(おと)が します。

名	sound tiếng động, âm thanh	There is a loud noise coming from outside. Bên ngoài có tiếng động lớn.

➕ 声(こえ) voice / tiếng nói

594 □	さわぐ	上(うえ)の 部屋(へや)の 人(ひと)が 夜中(よなか)に さわいで います。
動	to make noise, to be noisy làm ồn	The people in the room above me are noisy late at night. Người ở phòng trên làm ồn vào lúc nửa đêm.
595 □	うるさい	この アパートは 車(くるま)の 音(おと)が うるさいです。
イ形	loud, noisy ồn ào	The sound of cars is very loud in this apartment. Căn hộ này tiếng xe hơi ồn ào.

➕ にぎやか〈な〉 liveliness/lively / sự huyên náo (huyên náo, nhộn nhịp)

596 □	どろぼう	きのう、家(いえ)に どろぼうが 入(はい)りました。
名	thief, burglar tên trộm	A thief got into my home yesterday. Hôm qua ăn trộm đã vào nhà.
597 □	ぬすむ	ダイヤモンドが ぬすまれました。
動	to steal, to take trộm, cắp	A diamond was stolen. Viên kim cương đã bị đánh cắp.
598 □	つかまえる	母(はは)が どろぼうを つかまえました。
動	to catch, to grab bắt được	My mother caught the thief. Mẹ tôi đã bắt được tên trộm.
599 □	いじめる	動物(どうぶつ)を いじめないで ください。
動	to bully, to abuse chơi xấu, quấy nhiễu, chọc phá	Please don't abuse animals. Xin đừng chọc phá động vật.

➕ いじめ bullying / sự chơi xấu, sự quấy nhiễu

600 □	さわる	この ボタンに さわると、音(おと)が します。
動	to touch sờ, rờ, đụng vào	If you press this button, it will make a sound. Rờ vào nút này, sẽ có âm thanh.

601 □ 動	ふむ	電車(でんしゃ)で となりの 人(ひと)に 足(あし)を ふまれました。
	to step on, to stomp **dẫm, giậm**	The person next to me on the train stepped on my foot. Trên tàu điện tôi bị người bên cạnh giẫm trúng chân.
602 □ 名	理由(りゆう)	ちこくの 理由(りゆう)は ねぼうです。
	reason **lý do**	The reason I was late is that I overslept. Lý do của việc đi trễ là ngủ nướng.
603 □ 名	原因(げんいん)	きのうの けんかの 原因(げんいん)は 何(なん)ですか。
	cause, origin **nguyên nhân**	What is the cause of yesterday's fight? Nguyên nhân của việc cãi nhau hôm qua là gì?
604 □ 名	１１０番(ひゃくとおばん)	どろぼうを 見(み)たら、１１０番(ひゃくとおばん)に 電話(でんわ)します。
	110 (the number to call the police in Japan) **số 110 (số gọi cảnh sát tại Nhật)**	If I see a burglar, I will call 110. Nếu thấy trộm cắp thì gọi điện thoại số 110.

＋ １１９番(ひゃくじゅうきゅうばん) 119 (the number to call an ambulance in Japan) / số 119 (số gọi cấp cứu, cứu hỏa tại Nhật)

605 □ 名	非常口(ひじょうぐち)	ホテルの 非常口(ひじょうぐち)を かくにんしましょう。
	emergency exit **cửa thoát hiểm**	Let's confirm the emergency exits of the hotel. Hãy kiểm tra cửa thoát hiểm của khách sạn.

＋ 非常時(ひじょうじ) (in the case of an) emergency / khi khẩn cấp

606 □ 動	にげる	どろぼうは この 窓(まど)から にげました 。
	to run away, to escape **trốn**	The thief escaped from this window. Tên trộm đã trốn từ cửa sổ này.
607 □ ナ形	いやな	会社(かいしゃ)に いやな せんぱいが います。
	dislikable **khó chịu**	There is a dislikable senior at my company. Ở công ty có người đàn anh khó chịu.
608 □	だめな	父(ちち)に ペットは だめだと 言(い)われました。

ナ形	**no good, useless** **không được**	My father said no to having a pet. Tôi bị cha nói không được nuôi thú cưng.
609 □	いけない	A「いけない。」 B「どうしたの？」 A「家(いえ)に さいふを わすれて きちゃった。」
イ形	**not good, wrong, of no use** **thôi rồi, hỏng rồi**	A: This won't do. B: What's wrong? A: I left my wallet at home. A: Thôi rồi. B: Có chuyện gì vậy? A: Tôi đã quên ví ở nhà rồi.

Section 4

しゅみ

Hobbies / Sở thích

610 □ 名

つり

休み(やす)の日(ひ)、よく つりに 行き(い)ます。

fishing
việc câu (cá)

I often go fishing on my days off.
Ngày nghỉ tôi thường đi câu.

➕ つる to fish / câu

611 □ 名

山登り(やまのぼ)り

ときどき 父(ちち)と 山登り(やまのぼ)りを します。

mountain hiking, mountain climbing
việc leo núi

I sometime go mountain hiking with my father.
Thỉnh thoảng tôi leo núi với cha.

➕ 登山(とざん)〈する〉 to hike up a mountain, to climb a mountain / việc leo núi

612 □ 名

キャンプ〈する〉

春(はる)に なったら、キャンプに 行き(い)ましょう。

camping
việc cắm trại

Let's go camping once it's spring.
Mùa xuân đến thì đi cắm trại nhé.

613 □ 名

まんが

日本(にほん)の まんがは 海外(かいがい)でも 読(よ)まれて います。

manga, Japanese comic
truyện tranh

Japanese manga are read abroad, too.
Truyện tranh của Nhật Bản cũng được đọc ở hải ngoại.

➕ まんが家(か) manga writer / tác giả truyện tranh

614 □ 名

アニメ

アニメを 見(み)て、日本(にほん)が 好(す)きに なりました。

anime, Japanese animation
hoạt hình

I came to like Japan from watching anime.
Tôi xem phim hoạt hình và trở nên thích nước Nhật.

615 □ 名

イラスト

しょうらい イラストの 仕事(しごと)が したいです。

illustration
vẽ minh họa

In the future, I want to have a job that has to do with illustrations.
Trong tương lai, tôi muốn làm công việc vẽ minh họa.

616 □	ゲーム	夜(よる)おそくまで ゲームを していて、ねぼうしました。
名	**game** **game**	I played video games late into the night and overslept. Tôi chơi game đến tối khuya nên ngủ dậy trễ.
617 □	茶道(さどう)	友(とも)だちに 茶道(さどう)を 教(おし)えて もらいました。
名	**tea ceremony** **trà đạo**	I had my friend teach me tea ceremony. Tôi được bạn dạy trà đạo.
618 □	かぶき	一度(いちど)、かぶきを 見(み)に 行(い)きたいです。
名	**kabuki, a form of Japanese theater** **kabuki (ca vũ kỹ)**	I want to go to see kabuki at least one time. Tôi muốn đi xem kabuki một lần.
619 □	おどり	世界(せかい)の おどりを 習(なら)って みたいです。
名	**dance** **điệu múa, điệu nhảy**	I want to learn dances from all around the world. Tôi muốn thử học các điệu nhảy của thế giới.

➕ おどる to dance / múa, nhảy・ダンス〈する〉 dance/to dance / khiêu vũ, điệu nhảy

620 □	ドラマ	ニュースは 見(み)ませんが、ドラマは よく 見(み)ます。
名	**drama, TV show** **phim truyền hình**	I don't watch the news, but I often watch TV shows. Tin tức thì tôi không xem nhưng phim truyền hình thì thường xem.
621 □	俳優(はいゆう)	好(す)きな 俳優(はいゆう)が 出(で)る 映画(えいが)を 見(み)に 行(い)きます。
名	**actor** **nam diễn viên**	I'm going to see a movie that features one of my favorite actors. Tôi đi xem phim có diễn viên yêu thích xuất hiện.

➕ 女優(じょゆう) actress / nữ diễn viên

622 □	曲(きょく)	日本(にほん)の 曲(きょく)を いつも 聞(き)いて います。
名	**song** **bài hát, ca khúc**	I'm always listening to Japanese songs. Tôi luôn nghe ca khúc của Nhật.

➕ 歌手(かしゅ) singer / ca sỹ・音楽家(おんがくか) musician / nhạc sỹ

623 □ 名

クラシック	音楽(おんがく)は クラシックが 好(す)きです。
classical music nhạc cổ điển	I like classical music. Tôi thích âm nhạc cổ điển.

624 □ 名

コンサート	明日(あした)、コンサートに 行(い)きます。
concert hòa nhạc	I'm going to a concert tomorrow. Ngày mai tôi đi xem hòa nhạc.

625 □ 名

小説(しょうせつ)	日本(にほん)の 小説(しょうせつ)を 読(よ)んで みたいです。
novel tiểu thuyết	I want to read a Japanese novel. Tôi muốn thử đọc tiểu thuyết Nhật Bản.

➕ 小説家(しょうせつか) novelist / nhà văn

626 □ 名

料理教室(りょうりきょうしつ)	先月(せんげつ)から 料理教室(りょうりきょうしつ)に 通(かよ)って います。
cooking class lớp dạy nấu ăn	I've been going to a cooking class since last month. Tôi đi học lớp nấu ăn từ tháng trước.

➕ ピアノ教室(きょうしつ) piano class / lớp dạy piano・英会話教室(えいかいわきょうしつ) English conversation class / lớp dạy tiếng Anh hội thoại

627 □ 名

コンテスト	作文(さくぶん)の コンテストに チャレンジします。
contest cuộc thi	I'm going to try entering an essay writing contest. Tôi sẽ thử sức với cuộc thi viết văn.

628 □ 動

楽(たの)しむ	日本(にほん)の 生活(せいかつ)を 楽(たの)しんで います。
to enjoy, to have fun vui thích, tận hưởng	I'm enjoying life in Japan. Tôi rất vui thích cuộc sống ở Nhật Bản.

629 □ 名 ナ形

楽(たの)しみ〈な〉	私(わたし)には 楽(たの)しみが たくさん あります。(名) お正月(しょうがつ)に 帰国(きこく)するのが 楽(たの)しみです。(ナ形)
something looked forward to/to look forward to niềm vui, thú vui (vui)	I have many things to look forward to. I'm looking forward to going back to my country on New Year's. Tôi có rất nhiều niềm vui. Về nước vào ngày Tết thì vui. (Tôi mong đến khi về nước ngày Tết)

630 □ 名	きょうみ	生(い)け花(ばな)に ずっと きょうみが ありました。
	interest **(có ý) thích, quan tâm**	I've always been interested in flower arrangement. Tôi thích nghệ thuật cắm hoa lâu nay.
631 □ 名	録画(ろくが)〈する〉	テレビで 映画(えいが)を 録画(ろくが)する のを わすれました。
	recording **việc thu hình**	I forgot to record the movie on TV. Tôi quên thâu lại bộ phim trên tivi.

➕ 録音(ろくおん)〈する〉 audio recording/to record (audio) / việc thu âm

632 □ 動	集(あつ)める	子(こ)どもの とき、切手(きって)を 集(あつ)めて いました。
	to gather, to collect **sưu tầm, tập hợp**	I collected stamps when I was a child. Khi còn nhỏ, tôi đã sưu tầm tem.

➕ (～が) 集(あつ)まる to be gathered, to be collected / (~) tập hợp lại

Section 5

スポーツ

Sports / Thể thao

633 □ 名	運動（うんどう）〈する〉	けんこうの ために は 運動（うんどう）が いちばんです。
	exercise sự vận động, thể dục thể thao	It's best to exercise for your health. Tập thể dục là tốt nhất cho sức khỏe.
		＋ 運動会（うんどうかい） sports day / hội thao
634 □ 動	走る（はしる）	毎朝（まいあさ）、3キロ 走って（はしって） います。
	to run chạy	I run three kilometers every morning. Mỗi sáng tôi chạy 3km.
635 □ 動	歩く（あるく）	毎日（まいにち）、1時間以上（じかんいじょう） 歩き（あるき）ます。
	to walk đi bộ	I walk for an hour or more every day. Mỗi ngày tôi đi bộ trên 1 tiếng.
636 □ 名	ジョギング〈する〉	毎朝（まいあさ）、30分（ぷん） ジョギングを して います。
	jogging môn chạy bộ	I jog for 30 minutes every morning. Mỗi sáng tôi chạy bộ 30 phút.
637 □ 動	伸ばす（のばす）	ジョギングの 前（まえ）に 体（からだ）を 伸ばし（のばし）ましょう。
	to stretch, to reach duỗi	Let's stretch before we start jogging. Trước khi chạy bộ, hãy vươn duỗi cơ thể.
		＋ (〜が) 伸びる（のびる） to stretch, to extend / (~) duỗi ra, giãn ra
638 □ 名	試合（しあい）	もし 雨（あめ）が 降って（ふって）も、試合（しあい）は あります。
	match, game trận đấu	We have a match even if it rains. Nếu trời có mưa trận đấu vẫn diễn ra.
639 □ 名	大会（たいかい）	もうすぐ 柔道（じゅうどう）の 大会（たいかい）が あります。
	tournament giải đấu, đại hội	There will be a judo tournament soon. Sắp có giải đấu võ judo.

640 □ 名	ワールドカップ	ワールドカップで 優勝(ゆうしょう)したいです。
	World Cup **giải vô địch thế giới**	I want to win the World Cup. Tôi muốn vô địch tại giải thế giới.
641 □ 動	行う(おこな)	1998年(せんきゅうひゃくきゅうじゅうはちねん)に 日本(にほん)で 冬(ふゆ)の オリンピックが 行われ(おこな)ました。
	to hold, to execute **tổ chức**	The Winter Olympics were held in Japan in 1998. Năm 1998 Olympic mùa đông đã được tổ chức tại Nhật Bản.
642 □ 名	中止(ちゅうし)〈する〉	台風(たいふう)が 来(き)た とき、試合(しあい)は 中止(ちゅうし)するそうです。
	suspension, temporary stoppage **việc hủy bỏ**	I heard that they are going to suspend the match if a typhoon comes. Nghe nói nếu bão đến, trận đấu sẽ bị hủy.
643 □ 名	選手(せんしゅ)	しょうらい、オリンピックの 選手(せんしゅ)に なりたいです。
	athlete, player **vận động viên**	In the future, I want to be an Olympic athlete. Trong tương lai, tôi muốn trở thành vận động viên Olympic.
644 □ 名	チーム	大好(だいす)きな チームが 負(ま)けて しまいました。
	team **đội**	My favorite team lost. Đội tôi yêu thích đã thua mất rồi.
645 □ 動	勝(か)つ	きのうの ゲームは 日本(にほん)が 勝(か)ちました。
	to win **thắng**	Japan won yesterday's game. Trận đấu hôm qua Nhật Bản đã thắng.
646 □ 名	優勝(ゆうしょう)〈する〉	テニスの 大会(たいかい)で 優勝(ゆうしょう)しました。
	winning a championship **sự vô địch, chức vô địch**	I won the tennis tournament. Tôi đã vô địch tại giải quần vợt.
647 □ 動	負(ま)ける	もし 負(ま)けても、また 次(つぎ)が あります。
	to lose **thua**	Even if you lose, there's always next time. Nếu thua vẫn có cơ hội tiếp theo.

648 □	おうえん〈する〉	好(す)きな チームを おうえんします。
名	**cheering** **sự ủng hộ**	I'm going to cheer for my favorite team. Tôi sẽ ủng hộ đội mình yêu thích.
649 □	コース	私(わたし)の ジョギングの コースは 5キロです。
名	**course** **lộ trình, khóa**	My jogging course is five kilometers. Lộ trình chạy bộ của tôi là 5 km.
650 □	会場(かいじょう)	剣道(けんどう)の 会場(かいじょう)は こちらです。
名	**venue, meeting place** **hội trường, nơi thi đấu, nơi tổ chức**	The kendo venue is over here. Hội trường kiếm đạo là ở đây.
651 □	スタート〈する〉	選手(せんしゅ)が いっしょに スタートしました。
名	**start** **điểm xuất phát, sự xuất phát**	The athletes started together. Các vận động viên đã cùng nhau xuất phát.

⇔ ゴール〈する〉

652 □	失敗(しっぱい)〈する〉	もし 失敗(しっぱい)しても、また がんばれば いいです。
名	**failure, mistake** **sự thất bại**	If you make a mistake, just try again. Nếu thất bại thì lại cố gắng là được.
653 □	柔道(じゅうどう)	柔道(じゅうどう)は 日本(にほん)で 生(う)まれた スポーツです。
名	**judo** **Judo (nhu đạo)**	Judo is a sport that was born in Japan. Judo là môn thể thao ra đời ở Nhật Bản.

＋ 剣道(けんどう) kendo / kiếm đạo・すもう sumo wrestling / (môn vật) sumo

654 □	水泳(すいえい)	子(こ)どもの とき、水泳(すいえい)が きらいでした。
名	**swimming** **bơi lội**	I hated swimming when I was a child. Khi còn nhỏ, tôi ghét bơi lội.
655 □	野球(やきゅう)	野球(やきゅう)は 日本(にほん)で 人気(にんき)の スポーツです。
名	**baseball** **bóng chày**	Baseball is a popular sport in Japan. Bóng chày là môn thể thao được yêu thích tại Nhật Bản.

➕ プロ野球(やきゅう) professional baseball / bóng chày chuyên nghiệp・高校野球(こうこうやきゅう) high school baseball / bóng chày trung học

656 □	投げる(な)	彼(かれ)が 投げる(な) ボールは とても 速(はや)いです。
動	**to throw** **ném**	The balls he throws are really fast. Bóng anh ấy ném ra rất nhanh.
657 □	スポーツクラブ	うちの 近(ちか)くの スポーツクラブは 安(やす)くて 便利(べんり)です。
名	**sports club** **câu lạc bộ thể thao**	The sports club near my house is inexpensive and convenient. Câu lạc bộ thể thao gần nhà tôi rẻ và tiện lợi.

➕ スポーツジム sports gym / phòng tập thể thao

これも おぼえよう！ ❸

スポーツ　Sports / Thể thao

クリケット	cricket / bóng gậy
バスケットボール	basketball / bóng rổ
バレーボール	volleyball / bóng chuyền
バドミントン	badminton / cầu lông
ピンポン（たっきゅう）	ping pong (table tennis) / ping pong (bóng bàn)
マラソン	marathon / chạy việt dã
ラグビー	rugby / bóng bầu dục
水泳（すいえい）	swimming / bơi lội
スケート	skating / trượt băng
スキー	skiing / trượt tuyết

N4

Chapter 6

けんこうと ようす

Health and One's Condition
Sức khỏe và trạng thái

Section 1

体(からだ)・けんこう

Body/Health / Cơ thể - Sức khỏe

658 □ 名	髪(かみ)	山田(やまだ)さんは 髪(かみ)が 長(なが)いです。
	hair (on one's head) **tóc**	Yamada-san's hair is long. Tóc chị Yamada dài.

= 髪(かみ)の毛(け)

659 □ 名	おでこ	熱(ねつ)が ある とき、おでこを 冷(ひ)やします。
	forehead **trán**	When you have a fever, you should cool your forehead. Khi bị sốt thì làm mát trán.

= ひたい

660 □ 名	あご	ガムを かむのは あごに いいそうです。
	chin, jaw **cằm**	I hear that chewing gum is good for your jaw. Nghe nói nhai kẹo cao su tốt cho cằm.
661 □ 名	ひげ	父(ちち)は 若(わか)い とき、ひげが ありました。
	facial hair **râu**	My father had facial hair when he was young. Khi còn trẻ, cha tôi có râu.

＋ あごひげ beard / râu cằm

662 □ 名	くちびる	彼女(かのじょ)の くちびるは とても かわいいです。
	lip **môi**	Her lips are really cute. Môi cô ấy rất dễ thương.
663 □ 名	首(くび)	朝(あさ) 起(お)きたら、首(くび)が 痛(いた)かったです。
	neck **cổ**	When I woke up, my neck hurt. Buổi sáng khi thức dậy thì cổ tôi bị đau.
664 □	のど	のどに いい 薬(くすり)は ありますか。

名	throat cổ họng	Do you have any good medicine for the throat? Có thuốc tốt cho cổ họng không?
665	肩（かた）	肩（かた）が 痛（いた）いです。
名	shoulder vai	My shoulder hurts. Hãy thử ấn vào chỗ này trên vai xem.
666	うで	うでを 回（まわ）して ください。
名	arm cánh tay	Please rotate your arms. Hãy xoay cánh tay.
667	ひじ	右（みぎ）の ひじが 赤（あか）く なって います。
名	elbow cùi chỏ, khuỷu tay	My right elbow is red. Cùi chỏ bên phải trở nên đỏ.
668	背中（せなか）	背中（せなか）を まっすぐに して ください。
名	back lưng	Please straighten your back. Hãy thẳng lưng.
669	胃（い）	ごはんを 食（た）べすぎて、胃（い）が 痛（いた）いです。
名	stomach dạ dày	I ate too much, and now my stomach hurts. Vì ăn cơm quá nhiều nên tôi đau dạ dày.
670	こし	こしが 痛（いた）くて、歩（ある）けません。
名	waist, hip, lower back thắt lưng	My lower back hurts so much I can't walk. Thắt lưng đau đến không thể đi được.
671	ひざ	走（はし）ったら、ひざの 調子（ちょうし）が 悪（わる）く なりました。
名	knee đầu gối	After running, my knees got sore. Sau khi chạy thì tình trạng đầu gối trở nên xấu đi.
672	[お] しり	ずっと 座（すわ）って いたので、おしりが 痛（いた）いです。
名	butt mông	I was sitting for a while, so my butt hurts. Vì ngồi suốt nên bị đau (ê) mông.

673 指 ゆび

名

finger ngón (tay, chân)	バレーボールで 指の 骨を 折りました。 I broke a bone in my finger playing volley ball. Tôi gãy xương ngón tay vì chơi bóng chuyền.

➕ 親指(おやゆび) thumb / ngón cái・人さし指(ひとさしゆび) index finger, pointer finger / ngón trỏ・中指(なかゆび) middle finger / ngón giữa・くすり指(ゆび) ring finger / ngón áp út・小指(こゆび) pinky, little finger / ngón út

674 つめ

名

nail móng	毎日、つめを きれいに みがきます。 I neatly polish my nails every day. Hàng ngày tôi chải móng cho sạch.

675 骨 ほね

名

bone xương	カルシウムは 骨に いいそうです。 I hear calcium is good for the bones. Nghe nói calcium tốt cho xương.

676 血 ち

名

blood máu	すべって、足から 血が 出ました。 I slipped and my foot started bleeding. Tôi đã bị trượt và chảy máu chân.

677 力 ちから

名

strength, power lực, sức mạnh	私より 妹の ほうが 力が あります。 My younger sister has more strength than I do. So với tôi, em gái có sức mạnh hơn.

➕ 体力(たいりょく) physical strength / thể lực

678 身長 しんちょう

名

height chiều cao	1年で 身長が 10 センチも 高く なりました。 My height increased by 10 centimeters in one year. Trong một năm chiều cao đã tăng lên những 10 cm.

679 体重 たいじゅう

名

weight cân nặng	毎日、体重を チェックして います。 I check my weight every day. Tôi kiểm tra cân nặng hàng ngày.

➕ 体重計(たいじゅうけい) scale / cái cân

680 女性 じょせい

私が 行く 病院の 先生は 女性です。

名	woman nữ giới, phụ nữ	The doctor at the hospital I go to is a woman. Bác sỹ bệnh viện tôi đi là phụ nữ.
681 □	男性（だんせい）	男性（だんせい）の トイレは ２階（かい）に あります。
名	man nam giới, đàn ông	The men's bathroom is on the second floor. Nhà vệ sinh nam ở tầng 2.
682 □	けんこう〈な〉	けんこうの ために 野菜（やさい）を 食（た）べています。(名) けんこうな 体（からだ）を つくろう。(ナ形)
名 ナ形	health; healthy sức khỏe (khỏe mạnh)	I'm eating vegetables for my health. Let's build a healthy body. Tôi ăn rau vì sức khỏe. Hãy tạo nên một cơ thể khỏe mạnh.

➕ けんこう診断（しんだん） health checkup, health examination / việc khám sức khỏe

683 □	じょうぶな	運動（うんどう）したら、体（からだ）が じょうぶに なりました。
ナ形	healthy bền, chắc, khỏe	Once I started exercising, my body got more healthy. Tôi tập thể dục thì cơ thể trở nên chắc khỏe lên.
684 □	ビタミン	この 食事（しょくじ）は ビタミンが 足（た）りません。
名	vitamin vitamin	There aren't enough vitamins in this meal. Bữa ăn này không đủ vitamin.

➕ ビタミンA（エー） vitamin A / vitamin A・ビタミンC（シー） vitamin C / vitamin C

685 □	太（ふと）る	寝（ね）る前（まえ）に 食（た）べたので、太（ふと）って しまいました。
動	to gain weight mập, béo	I ate before I went to sleep, so I gained weight. Vì tôi ăn trước khi ngủ nên mập lên mất rồi.
686 □	やせる	運動（うんどう）しても、なかなか やせません。
動	to lose weight ốm, gầy	I can't lose weight even if I exercise. Dù có tập thể dục tôi mãi vẫn không thể ốm đi được.
687 □	ダイエット〈する〉	むりな ダイエットは やめましょう。
名	diet việc ăn kiêng	Let's not go on any impossible diets. Hãy dừng việc ăn kiêng quá độ.

688 □ 動	やめる	父(ちち)は 先月(せんげつ)から たばこを やめました。
	to stop, to quit ngưng, bỏ	My father quit smoking last month. Cha tôi bỏ thuốc lá từ tháng trước.
689 □ 動	気(き)をつける	けんこうに 気(き)をつけましょう。
	to be careful cẩn thận, giữ gìn	Be care of your health. Hãy giữ gìn sức khỏe.
690 □ 動	(のどが) かわく	とても のどが かわきました。
	to get thirsty khát, (cổ họng) khô	I'm really thirsty. Tôi đã rất khát.

➕ からから dry, parched / khát khô

691 □ 動	(おなかが) すく	スポーツを すると、おなかが すきます。
	to get empty (stomach), to get hungry đói (bụng)	After playing sports, I've gotten hungry. Hễ chơi thể thao thì đói bụng.

➕ ぺこぺこ famished / đói meo

Section 2

病気・けが

Sickness/Injury / Đau ốm - Bị thương

692 名	インフルエンザ	インフルエンザで 5日間 学校を 休みました。
	influenza, the flu cúm	I've been absent from school for five days due to the flu. Tôi đã nghỉ học 5 ngày vì bị cúm.
693 動	かぜをひく	子どもの とき、よく かぜを ひきました。
	to catch a cold bị cảm	I often caught colds when I was a child. Khi còn nhỏ tôi thường bị cảm.
694 名	熱	３９ 度も 熱が 出て、学校へ 行けません。
	fever cơn sốt	I have a fever of 39 degrees, so I can't go to school. Tôi sốt đến 39 độ nên không thể đi học.
695 名	体温計	体温計で 熱を はかります。
	thermometer nhiệt kế	I'm going to take my temperature with a thermometer. Đo (nhiệt độ) cơn sốt bằng nhiệt kế.
696 名	やけど〈する〉	やかんの おゆで やけどしました。
	burn phỏng	I burned myself with the hot water in the kettle. Tôi bị phỏng do nước sôi trong ấm.
697 名	けが〈する〉	サッカーで ひざに けがを しました。
	injury chấn thương	I injured my knee playing soccer. Tôi bị thương ở đầu gối do đá bóng.
698 名	きず	この きずは すぐ よく なるでしょう。
	wound, cut vết thương, vết trầy xước	I'm sure this wound will get better right away. Vết thương này sẽ lành mau thôi.

699 □ 名	調子(ちょうし)	胃(い)の 調子(ちょうし)が 悪(わる)かったので、薬(くすり)を 飲(の)みました。
	condition tình trạng	My stomach's condition is a little strange, so I took some medicine. Vì tình trạng dạ dày không tốt nên tôi đã uống thuốc.
700 □ イ形	おかしい	おなかの 調子(ちょうし)が おかしいので、学校(がっこう)を 休(やす)みます。
	strange, funny kỳ lạ, buồn cười	My stomach's feeling funny, so I'm going to take time off from school. Vì bụng khó chịu nên tôi nghỉ học.

➕ (調子(ちょうし)が) へんな strange, odd (condition) / (tình trạng) kỳ lạ, không bình thường

701 □ 名	具合(ぐあい)	きのうから 体(からだ)の 具合(ぐあい)が よくないです。
	condition, status cảm giác	My body's been in bad condition since yesterday. Từ hôm qua, tình trạng cơ thể tôi không tốt.
702 □ イ形	気持(きも)ちが悪(わる)い	お酒(さけ)を 飲(の)みすぎて、気持(きも)ちが 悪(わる)いです。
	feeling sick, feeling ill cảm giác khó chịu	I drank too much alcohol, and now I feel sick. Tôi uống quá nhiều rượu nên có cảm giác khó chịu.

☞ Used when there is a feeling of wanting to vomit, and also when seeing something that is unpleasant or disgusting. / Dùng diễn tả tình trạng muốn nôn (ói). Hay cũng dùng khi nhìn thấy điều gì gây cảm giác khó chịu.

703 □ 動	倒(たお)れる	①地震(じしん)で 家(いえ)が 倒(たお)れました。 ②きのうの 夜(よる)、祖母(そぼ)が 倒(たお)れました。
	to collapse; to fall down đổ sụp, ngã, đổ, ngã bệnh	① The house collapsed from the earthquake. ② My grandmother collapsed last night. ① Nhà cửa đã đổ sụp vì động đất. ② Tối hôm qua, bà tôi đã ngã bệnh.

➕ (～を) 倒(たお)す to knock over, to know down / làm đổ, làm ngã

☞ ① collapse; ② to become ill, to collapse due to illness / ① Đổ sụp, ngã, đổ ② Ngã bệnh

704 □ 動	診(み)る	いつも 近所(きんじょ)の お医者(いしゃ)さんに 診(み)て もらいます。
	to examine khám (bệnh)	I always get examined by the doctor in my neighborhood. Tôi luôn đi bác sỹ ở gần nhà.

➕ 保険証(ほけんしょう) insurance card / thẻ bảo hiểm

705 □ 動	（よこに）なる	医者「では、そちらに よこに なってください。」
	to lie down nằm xuống, nằm ra	Doctor: Please lie down over there. Bác sỹ: Nào mời anh/chị nằm ra kia.
706 □ 動	ぬる	1日に 3回、きずに 薬を ぬります。
	to apply, to put xức, thoa	Apply this medicine to your wound three times a day. Xức thuốc vào vết thương 1 ngày 3 lần.
707 □ 動	治す	早く 寝て、かぜを 治して ください。
	to fix, to heal chữa	Please go to sleep early so your cold can heal. Hãy đi ngủ sớm để trị cảm.
708 □ 動	治る	薬を 飲んだら、かぜが 治りました。
	to heal, to recover lành, khỏi bệnh, hết bệnh	After taking some medicine, I recovered from my cold. Sau khi uống thuốc rồi thì tôi đã hết cảm.

＋ よくなる to get better / trở nên tốt hơn

709 □ 名	入院〈する〉	足の けがで 入院しました。
	hospitalization việc nhập viện	I was hospitalized due to an injury to my foot. Tôi đã nhập viện vì bị thương ở chân.
710 □ 名	退院〈する〉	病気が 治ったので、明日 退院します。
	leaving a hospital việc ra viện, xuất viện	I've recovered from my illness, so I'm going to leave the hospital tomorrow. Vì đã hết bệnh nên ngày mai tôi sẽ xuất viện.
711 □ 名	［お］見まい	友だちの お見まいに 行きました。
	sick visit, visit someone in the hospital thăm bệnh	I went to visit my friend in the hospital. Tôi đã đi thăm bệnh người bạn.
712 □ 動	生きる	100 さいまで 生きたいです。
	to live sống	I want to live to 100. Tôi muốn sống đến 100 tuổi.

713 亡くなる (な)

動

to die, to pass away
mất, chết

となりの 家(いえ)の おばあさんが 亡(な)くなりました。
The elderly woman in the house next door passed away.
Bà cụ nhà bên cạnh đã mất.

= 死(し)ぬ ＋ そう式(しき) funeral / đám tang

「死ぬ」is a little too direct, so it is better to use「亡くなる」
「死ぬ」mang tính trực tiếp, nói thẳng, vì vậy nên dùng「亡くなる」thì tốt hơn.

714 救急車 (きゅうきゅうしゃ)

名

ambulance
xe cấp cứu

１１９番(ひゃくじゅうきゅうばん)で 救急車(きゅうきゅうしゃ)を よびます。
I'll call 119 and request an ambulance.
Gọi xe cấp cứu bằng số 119.

＋ パトカー police car / xe cảnh sát

119 is also read as「いちいちきゅう」/ "119" đọc là "ichi ichi kyuu".

715 歯医者 (はいしゃ)

名

dentist
nha sỹ

子(こ)どもが 歯医者(はいしゃ)で 泣(な)いて います。
The child is crying at the dentist's.
Đứa bé khóc ở chỗ nha sỹ.

716 看護師 (かんごし)

名

nurse
y tá

姉(あね)は 看護師(かんごし)を して います。
My older sister works as a nurse.
Chị tôi làm y tá.

ファッション

Fashion / Thời trang

717 □ 名	スーツ suit trang phục vét	毎日、スーツを着て、会社に行きます。 I wear a suit to work every day. Hàng ngày tôi mặc vét đi đến công ty. (đi làm)
718 □ 名	着物（きもの） kimono kimono	成人式（せいじんしき）には たくさんの 人（ひと）が 着物（きもの）を 着（き）ます。 Many people wear kimono to the Coming-of-age Ceremony. Trong lễ thành nhân, có nhiều người mặc kimono.
719 □ 名	くつ下（した） sock vớ	冬（ふゆ）は くつ下（した）を はいて 寝（ね）ます。 I sleep with my socks on in the winter. Mùa đông tôi mang vớ đi ngủ.

= ソックス

720 □ 名	下着（したぎ） underwear đồ lót	旅行（りょこう）の バッグに 下着（したぎ）を 入（い）れました。 I put underwear in my bag for my trip. Tôi cho đồ lót vào túi du lịch.
721 □ 名	手（て）ぶくろ glove găng tay	冬（ふゆ）は 手（て）ぶくろを して、出（で）かけます。 In the winter, I wear gloves when I go out. Mùa đông tôi đeo găng tay đi ra ngoài.

＋ マフラー scarf / khăn choàng

722 □ 名	指輪（ゆびわ） ring nhẫn	これは 母（はは）から もらった 指輪（ゆびわ）です。 This is a ring I got from my mother. Đây là chiếc nhẫn mẹ tôi cho tôi.

＋ 婚約指輪（こんやくゆびわ） engagement ring / nhẫn đính hôn・結婚指輪（けっこんゆびわ） wedding ring / nhẫn kết hôn

723 □ 名	サンダル	歩(ある)きやすい サンダルを さがして います。
	sandals **giày xăng-đan**	I'm looking for some sandals that are easy to walk in. Tôi đang tìm đôi giày xăng-đan dễ mang.

＋ ブーツ boots / giày bốt

724 □ 名	リュック	この リュックには 教科書(きょうかしょ)が たくさん 入(はい)って います。
	backpack **ba lô**	There are a lot of textbooks in this backpack. Trong ba lô này có nhiều sách giáo khoa.
725 □ 名	アクセサリー	仕事(しごと)の ときは アクセサリーを しません。
	accessory **đồ trang sức**	I don't wear any accessories at work. Khi làm việc không đeo đồ trang sức.
726 □ 名	ポケット	この バッグは ポケットが 多(おお)いです。
	pocket **túi, ngăn**	This bag has a lot of pockets. Giỏ xách này có nhiều ngăn.
727 □ 名	ひも	この くつの ひもは きれいです。
	string, lace **dây**	These shoelaces are pretty. Dây đôi giày này đẹp.
728 □ 名	髪型(かみがた)	どんな 髪型(かみがた)が 好(す)きですか。
	hairstyle **kiểu tóc**	What kind of hairstyle do you like? Bạn thích kiểu tóc như thế nào?

＝ ヘアスタイル　＋ ショート(ヘア) short hair / (tóc) ngắn・ロング(ヘア) long hair / (tóc) dài・パーマ perm / uốn

729 □ 名	美容院(びよういん)	あの 美容院(びよういん)は とても 高(たか)いです。
	hair salon **tiệm cắt (uốn) tóc**	That hair salon is very expensive. Tiệm cắt tóc đó rất mắc.

Be sure to pronounce this clearly to differentiate between it and「病院」
Phân biệt rõ cách phát âm khác với「病院」(bệnh viện).

730 □	カット〈する〉	いつも あの 美容院(びよういん)で カットして います。

名	cut việc cắt (thường chỉ việc cắt tóc)	I always get my hair cut at that hair salon. Tôi luôn cắt tóc ở tiệm cắt tóc đó.
731 □	かがみ	出(で)かける前(まえ)に かがみで チェックします。
名	mirror gương	I check myself in the mirror before I go out. Trước khi ra ngoài, kiểm tra qua gương soi.
732 □	かっこいい	かっこいい ヘアスタイルに したいです。
イ形	cool phong độ, đẹp, ngầu	I want to have a cool hairstyle. Tôi muốn kiểu tóc đẹp.
733 □	かわいい	妹(いもうと)は かわいい 服(ふく)が 大好(だいす)きです。
イ形	cute dễ thương	My younger sister loves cute clothes. Chị tôi rất thích trang phục dễ thương.
734 □	ちょうどいい	この バッグは ちょうどいい サイズです。
イ形	just right, just ~ enough vừa vặn, vừa phải, vừa đẹp	This bag is just the right size. Túi xách này có kích cỡ vừa phải.

Section 4

ようす① 名詞・ナ形容詞

Appearance 1 / Trạng thái, tình trạng 1

735 ☐	ようす	暗くて、外の ようすが よく わかりません。
名	**appearance, situation, condition** **tình hình, trạng thái**	It so dark I can't see the conditions outside. Tối quá nên tôi không rõ tình hình bên ngoài.
736 ☐	形 (かたち)	この クッキーは 星の 形です。
名	**shape** **hình thức, hình dạng**	This cookie is in the shape of a star. Bánh qui này hình ngôi sao.
737 ☐	倍 (ばい)	これは あのケーキの 2倍の ねだんです。
名	**~ times, double, twice as ~** **gấp (hai)**	This is twice the cost of that cake. Cái này có giá gấp đôi cái bánh kem kia.
738 ☐	以上 (いじょう)	夏は 30 度以上の 日が 何日も あります。
名	**~ or more** **trở lên**	There were several days in the summer that were 30 degrees Celsius or more. Mùa hè có nhiều ngày 30°C trở lên.

「以上です」is used at the end of speeches to mean "I have finished talking."
「以上です」trong các bài phát biểu, diễn văn v.v. có nghĩa là "Tôi xin kết thúc tại đây".

739 ☐	以下 (いか)	漢字の テストは いつも 50 点以下です。
名	**~ or less** **trở xuống, dưới~**	I always get 50 points or less on kanji tests. Bài kiểm tra Kanji lúc nào cũng dưới 50 điểm.
740 ☐	以内 (いない)	2万円以内の 時計を 買いたいです。
名	**within, under** **trong vòng**	I want to buy a watch for under 20,000 yen. Tôi muốn mua đồng hồ trong vòng 20 000 yên.
741 ☐	以外 (いがい)	来週の 旅行は 兄以外 みんな 行けます。

名	**outside of, except for** **ngoài (~) ra, ngoại trừ**	Everyone is going on the trip next week except for my older brother. Chuyến du lịch tuần sau mọi người đều có thể đi ngoại trừ anh tôi.
742	両方（りょうほう）	この 赤（あか）と 青（あお）の シャツを 両方（りょうほう） 買（か）いました。
名	**both** **cả hai**	I'll both this red shirt and this blue shirt. Tôi đã mua cả hai cái áo màu đỏ và màu xanh này.
		↔ 片方（かたほう） ＋ どちらも both, either one / cái nào cũng
743	ひま〈な〉	いそがしくて、遊（あそ）ぶ ひまが ありません。(名) ひまな ときは 本（ほん）を 読（よ）んで います。(ナ形)
名 ナ形	**leisure, free time/free, available** **giờ rảnh (rảnh rỗi)**	I'm so busy, I don't have any free time to play. In my free time, I read books. Tôi bận rộn nên không có thời gian rảnh để chơi. Khi rảnh rỗi, tôi đọc sách.
744	ふつう〈な〉	ふつうの 毎日（まいにち）が 楽（たの）しいです。(名) あの 店（みせ）は 料理（りょうり）も サービスも ふつうです。(ナ形)
名 ナ形	**normality, regular/ normal, regular, average** **sự bình thường (bình thường)**	I enjoy every normal day. The food and the service at that restaurant is average. Tôi thấy vui với mỗi ngày bình thường. Tiệm đó cả món ăn lẫn phục vụ đều bình thường.
745	自由（じゆう）〈な〉	おとなに なったら、自由（じゆう）が ほしいです。(名) 日本（にほん）の 生活（せいかつ）は とても 自由（じゆう）です。(ナ形)
名 ナ形	**freedom/free** **sự tự do (tự do)**	When I become an adult, I want freedom. Live in Japan is very free. Nếu thành người lớn, tôi muốn có tự do. Cuộc sống ở Nhật rất tự do.
746	ていねいな	先生から ていねいな メールを いただきました。
ナ形	**polite, courteous** **cẩn thận, lịch sự**	I got a courteous letter from my teacher. Tôi đã nhận e-mail lịch sự từ giáo viên.

747 □ 連体

大きな（おお）	家の前に大きな木があります。
big, large **to lớn**	There is a large tree in front of the house. Trước nhà có một cái cây to.

= 大きい（おお）

Special na-adjective-like forms of i-adjectives
Cách dùng đặc biệt, mang tính hình dung từ loại Na của hình dung từ loại I.

748 □ 連体

小さな（ちい）	庭に小さな花が咲いています。
small, little **nhỏ**	The small flowers in the garden are in bloom. Trong vườn những bông hoa nhỏ nở.

= 小さい（ちい）

Special na-adjective-like forms of i-adjectives
Cách dùng đặc biệt, mang tính hình dung từ loại Na của hình dung từ loại I.

749 □ ナ形

へんな	妹は へんな ファッションが 好きです。
strange **kỳ lạ, kỳ quặc**	My younger sister likes strange fashion. Chị tôi thích thời trang kỳ quặc.

750 □ ナ形

じゅうぶんな	これが できたら、N4の 勉強は じゅうぶんです。
sufficient, satisfactory **đầy đủ, tốt**	If I can do this, my studying for the N4 will be sufficient. Nếu làm được bài này thì việc học N4 khá đầy đủ.

↔ 足りない（た）

Section 5

ようす② イ形容詞・動詞

Appearance 2 / Trạng thái, tình trạng 2

751 □ イ形	美しい（うつく）	こんなに 美しい 景色を 見たことが ありません。
	beautiful **đẹp**	I've never seen such beautiful scenery. Tôi chưa từng thấy phong cảnh đẹp như thế này.
752 □ イ形	きたない	兄の 部屋は とても きたないです。
	dirty, messy **dơ, bẩn**	My older brother's room is really messy. Phòng của anh tôi rất bẩn.

↔ きれいな

753 □ イ形	うまい	彼は サッカーも 野球も とても うまいです。
	skillful **giỏi**	He's good at soccer and baseball. Anh ấy rất giỏi đá bóng lẫn bóng chày.

= 上手な（じょうず）

This is also used to mean "(this food is) delicious" / Cũng có nghĩa "ngon" trong "thức ăn ngon".

754 □ イ形	やわらかい	新しい ソファーは とても やわらかいです。
	soft, flexible **mềm, mềm mại**	The new sofa is really soft. Bộ sofa mới rất mềm mại.
755 □ イ形	かたい	この パンは かたいですが、おいしいです。
	hard, stiff **cứng**	This bread is hard, but delicious. Bánh mì này cứng nhưng ngon.
756 □ イ形	くわしい	この 辞書の 説明は くわしいです。
	detailed, well-informed **chi tiết, cụ thể**	The explanations in this dictionary are detailed. Phần giải thích của cuốn tự điển này chi tiết.
757 □ イ形	細かい（こま）	玉ねぎを 細かく 切って ください。
	fine, minute **nhỏ, chi tiết, chi li**	Please cut the onions finely. Hãy cắt hành tây thật nhỏ.

758 怖(こわ)い
イ形 **scary, fearful**
sợ

この 道(みち)は 夜(よる)に なると、暗(くら)くて 怖(こわ)いです。
This road gets dark and scary at night.
Con đường này khi về đêm thì tối nên tôi sợ.

759 すごい
イ形 **amazing, dreadful**
tuyệt, giỏi, lớn

きのうの 夜(よる)は すごい 雨(あめ)でした。
The rain last night was dreadful.
Tối hôm qua mưa rất lớn.

760 すばらしい
イ形 **magnificent**
tuyệt vời

留学(りゅうがく)で すばらしい 経験(けいけん)が できました。
I was able to have some amazing experiences on my exchange.
Tôi có được kinh nghiệm tuyệt vời nhờ du học.

761 正(ただ)しい
イ形 **correct**
đúng, chính xác

この 答(こた)えが 正(ただ)しいかどうか わかりません。
I don't know if this answer is correct or not.
Tôi không biết câu trả lời này có chính xác hay không.

762 ひどい
イ形 **terrible**
ghê, tồi tệ

きのうの テストは ひどい 点(てん)でした。
I got a terrible score on yesterday's test.
Bài kiểm tra hôm qua có điểm rất tệ.

763 太(ふと)い
イ形 **fat, thick**
mập, to

この 大根(だいこん)は とても 太(ふと)いです。
This Japanese radish is really thick.
Củ cải trắng này rất to.

764 細(ほそ)い
イ形 **thin, slender**
ốm, nhỏ, thon

彼女(かのじょ)は 足(あし)が とても 細(ほそ)いです。
Her legs are really slender.
Chân cô ấy rất thon.

765 厚(あつ)い
イ形 **thick**
dày

寒(さむ)いので、厚(あつ)い コートが ほしいです。
It's cold, so I want a thick coat.
Vì trời lạnh nên tôi muốn có chiếc áo choàng dày.

⇔ うすい (本(ほん))

766 あさい

この 川(かわ)は あさいので、子(こ)どもも 遊(あそ)べます。

イ形	**shallow** **nông, cạn**	This river is shallow, so children can play in it. Con sông này rất cạn nên trẻ con cũng có thể chơi đùa.
767 □	ふかい	この プールの 真ん中（まんなか）は とても ふかいです。
イ形	**deep** **sâu**	The middle of this pool is very deep. Chính giữa hồ bơi này rất sâu.
768 □	眠（ねむ）い	おなかが いっぱいで、ちょっと 眠（ねむ）いです。
イ形	**sleepy** **buồn ngủ**	My stomach is full, so I'm a little sleepy. Tôi no quá nên hơi buồn ngủ.
769 □	めずらしい	こんなに 大（おお）きな ダイヤは めずらしいです。
イ形	**rare, uncommon** **quý hiếm**	A diamond this big is rare. Kim cương to như thế này thì thật quý hiếm.
770 □	ふえる	この店（みせ）は 外国（がいこく）の お客（きゃく）さんが とても ふえて います。
動	**to increase** **tăng**	The foreign customers in this restaurant are increasing. Tiệm này khách nước ngoài tăng nhiều.
771 □	ふやす	アルバイトを して、貯金（ちょきん）を ふやしたいです。
動	**to increase (something)** **làm tăng**	I want to get a part-time job and increase my savings. Tôi muốn làm thêm để tăng tiền tiết kiệm.
772 □	へる	日本（にほん）では 人口（じんこう）が へって います。
動	**to decrease** **giảm**	In Japan, the population is decreasing. Ở Nhật dân số đang giảm đi.
773 □	へらす	運動（うんどう）をして、体重（たいじゅう）を へらしました。
動	**to decrease (something)** **làm giảm**	I exercised and decreased my weight. Tôi đã giảm cân nhờ tập thể dục.
774 □	ちがう	姉（あね）と 私（わたし）は 大学（だいがく）が ちがいます。
動	**to be different, to be wrong** **khác**	My older sister and I go to different colleges. Chị tôi và tôi (học) khác trường đại học.

➕ ちがい difference, mistake / sự khác biệt, điểm khác nhau

658-781

775	□	変(か)える	春(はる)に なったら、髪型(かみがた)を 変(か)えます。
	動	to change thay đổi (cái gì đó)	I'm going to change my hairstyle when spring comes. Mùa xuân đến thì tôi đổi kiểu tóc.
776	□	変(か)わる	髪(かみ)を 切(き)ったら、気分(きぶん)が 変(か)わりました。
	動	to be changed (cái gì đó) thay đổi	After getting my hair cut, my mood changed. Tâm trạng đã thay đổi sau khi cắt tóc.
777	□	見(み)える	窓(まど)から 富士山(ふじさん)が きれいに 見(み)えます。
	動	to be visible thấy được	Mt. Fuji is clearly visible from the window. Từ cửa sổ có thể nhìn thấy núi Phú Sỹ tuyệt đẹp.
778	□	聞(き)こえる	近所(きんじょ)から 子(こ)どもの 声(こえ)が 聞(き)こえます。
	動	to be audible, to be able to hear nghe được	I can hear children's voices from the neighborhood. Có thể nghe được tiếng trẻ con từ hàng xóm
779	□	空(あ)く	この ホテルは 人気(にんき)が あって、 部屋(へや)が 空(あ)いて いません。
	動	to be vacant trống	This hotel is really popular, so it has no vacancies. Khách sạn này được ưa chuộng nên không có phòng trống.
780	□	はずれる	シャツの ボタンが はずれて います。
	動	to come undone (cái gì đó) sút, rời, trật ra	My shirt button came undone. Nút áo bị sút.

➕ (～を) はずす to remove / tháo (cái gì đó) ra

781	□	切(き)れる	弟(おとうと)の くつの ひもが 切(き)れました。
	動	to tear, to rip đứt, hết	My little brother's shoelace ripped. Dây giày em trai tôi đã đứt rồi.

これも おぼえよう！ ❹

色（いろ） Colors / Màu sắc

白（しろ）	white / màu trắng
赤（あか）	red / màu đỏ
青（あお）	blue / màu xanh lam
黒（くろ）	black / màu đen
緑（みどり）(色（いろ）)	green / màu xanh lá cây
紺（こん）(色（いろ）)	indigo / màu xanh dương đậm
黄色（きいろ）	yellow / màu vàng
茶色（ちゃいろ）	brown / màu nâu
金色（きんいろ）	gold / màu vàng kim
銀色（ぎんいろ）	silver / màu bạc
水色（みずいろ）	sky blue / màu xanh da trời, màu xanh nước biển
ピンク	pink / màu hồng
グレー	gray / màu xám
ブルー	blue / màu xanh dương
グリーン	green / màu xanh lá cây
オレンジ	orange / màu cam
シルバー	silver / màu bạc
ベージュ	beige / màu be

ようす Appearance / Tình trạng

大（おお）きさ	size / độ lớn
長（なが）さ	length / chiều dài
高（たか）さ	height / chiều cao
早（はや）さ	speed / tốc độ
強（つよ）さ	strength / sức mạnh
広（ひろ）さ	width / chiều rộng
重（おも）さ	weight / trọng lượng, sức nặng
やさしさ	gentleness / sự hiền lành
おいしさ	deliciousness / vị ngon
美（うつく）しさ	beauty / vẻ đẹp
便利（べんり）さ	convenience / sự tiện lợi
よさ	goodness / mặt tốt

N4

Chapter 7

いつ？どこで？

When? Where?
Khi nào? Tại đâu?

単語(たんご) No.

Section 1

ニュース

News / Tin tức

782 □ 名	新聞社(しんぶんしゃ) **newspaper company** **tòa soạn báo**	来月(らいげつ)から 東京(とうきょう)の 新聞社(しんぶんしゃ)で 働(はたら)きます。 Starting next month, I'll be working at a newspaper company in Tokyo. Từ tháng sau tôi sẽ làm việc tại tòa soạn báo ở Tokyo.
783 □ 名	テレビ局(きょく) **TV station** **đài truyền hình**	テレビ局(きょく)の 試験(しけん)を 受(う)けたいです。 I want to take a test for a TV station. Tôi muốn dự thi ở đài truyền hình.

➕ ラジオ局(きょく) radio station / đài phát thanh

784 □ 名	番組(ばんぐみ) **(TV, radio) program, show** **chương trình**	どんな 番組(ばんぐみ)を よく 見(み)て いますか。 What kind of shows are you watching? Bạn thường xem chương trình (như thế) nào?

➕ ニュース番組(ばんぐみ) news program / chương trình tin tức・スポーツ番組(ばんぐみ) sports program / chương trình thể thao

785 □ 名	ネットニュース **online news** **tin tức trên mạng**	毎日(まいにち)、ネットニュースを 読(よ)んで います。 I read online news every day. Hàng ngày tôi xem tin tức trên mạng.
786 □ 名	情報(じょうほう) **information** **thông tin**	インターネットで 世界(せかい)の 情報(じょうほう)が すぐ わかります。 On the Internet, you can find out world news right away. Có thể biết ngay thông tin thế giới bằng mạng internet.

➕ 情報番組(じょうほうばんぐみ) information program / chương trình thông tin

787 □ 名	データ **data** **dữ liệu**	世界(せかい)の データを 集(あつ)めました。 I gathered data from around the world. Tôi đã tập hợp dữ liệu của thế giới.

788 □ 名

キーワード

ニュースの キーワードを メモしましょう。

keyword
từ khóa

Let's write down keywords from the news.
Hãy ghi chú lại từ khóa trong bản tin.

789 □ 名

放送〈する〉
ほうそう

この 番組は 海外でも 放送されて います。
ばんぐみ かいがい ほうそう

broadcast
việc chiếu, phát sóng

This program is being broadcast overseas, too.
Chương trình này cũng được phát sóng ở hải ngoại.

➕ ライブ live (broadcast) / trực tiếp・生放送 (なまほうそう) live broadcast / việc phát trực tiếp

790 □ 動

伝える
つた

むずかしい ニュースを やさしく 伝えます。
つた

to convey, to report
truyền đạt

They report difficult news in a simple manner.
Truyền đạt tin khó một cách dễ hiểu.

791 □ 名

火事
か じ

駅の 近くで 火事が ありました。
えき ちか か じ

fire
hỏa hoạn

There was a fire near the station.
Đã có hỏa hoạn gần nhà ga.

792 □ 動

(事故が) 起こる
じ こ お

この 道では よく 事故が 起こります。
みち じ こ お

to occur (an accident)
(tai nạn) xảy ra

There are many accidents on this road.
Con đường này thường xảy ra tai nạn.

= (事故が) 起きる
じ こ お

793 □ 名

発見〈する〉
はっけん

小学生が 新しい 星を 発見しました。
しょうがくせい あたら ほし はっけん

discovery
việc phát hiện, tìm thấy

An elementary school student discovered a new star.
Học sinh tiểu học đã phát hiện ra ngôi sao mới.

794 □ 動

見つかる
み

電車に わすれた 書類が 見つかりました。
でんしゃ しょるい み

to be found
được tìm ra, tìm thấy

I found the documents I left on the train.
Tài liệu để quên trên tàu điện đã được tìm thấy.

795 □ 動

見つける
み

いなくなった 犬を 公園で 見つけました。
いぬ こうえん み

to find
tìm thấy

I found the dog that went missing in the park.
Tôi đã tìm ra con chó biến mất ở công viên.

782-894

796 □ 名	発表〈する〉 はっぴょう	大好きな 作家が 新しい小説を 発表しました。
	announcement **bài phát biểu, việc công bố**	My favorite author announced the release of a new novel. Tác giả tôi rất yêu thích đã công bố tiểu thuyết mới.
797 □ 名	スピーチ〈する〉	大統領の スピーチは すばらしかったです。
	speech **diễn văn**	The president's speech was magnificent. Bài diễn văn của tổng thống thật tuyệt vời.
		➕ スピーチ大会 speech contest / cuộc thi hùng biện・ スピーチコンテスト speech contest / cuộc thi hùng biện
798 □ 動	つづく	雨の 日が 2週間も つづいて います。
	to be continued **tiếp tục, kéo dài**	Rainy days have continued for two weeks. Những ngày mưa kéo dài đến những 2 tuần.
799 □ 動	つづける	これからも 日本語の 勉強を つづけるつもりです。
	to continue **tiếp tục**	I intend to keep studying Japanese from now on. Tôi dự định từ nay vẫn sẽ tiếp tục học tiếng Nhật.

Section 2

約束（やくそく）

Promises / Lời hứa

800 □	約束（やくそく）〈する〉	友（とも）だちと 遊（あそ）びに 行（い）く 約束（やくそく）を しました。
名	**promise** **lời hứa**	I promised to go play with my friend. Tôi đã hứa đi chơi với bạn tôi.
801 □	（約束（やくそく）を） 守（まも）る	約束（やくそく）は 守（まも）らなければ なりません。
動	**to keep (a promise)** **giữ (lời hứa)**	You must keep your promises. Phải giữ lời hứa.
802 □	（約束（やくそく）を）やぶる	約束（やくそく）を やぶるのは よくないですよ。
動	**to break (a promise)** **thất (hứa)**	It's not good to break your promises. Thất hứa là không tốt đâu đấy.
803 □	間（ま）に合（あ）う	タクシーに 乗（の）っても、コンサートに 間（ま）に合（あ）いません。
動	**to make it in time** **kịp giờ, đúng giờ**	I won't make it to the concert in time, even if I take a taxi. Dù có đi taxi cũng không kịp (giờ) buổi hòa nhạc.
804 □	おくれる	デートに 1時間（じかん）も おくれました。
動	**to be late** **trễ giờ**	I was an hour late to my date. Tôi đã trễ giờ hẹn cả 1 tiếng đồng hồ.
805 □	キャンセル〈する〉	台風（たいふう）で 旅行（りょこう）を キャンセルしました。
名	**cancellation** **việc hủy bỏ**	I cancelled my trip due to the typhoon. Tôi đã hủy chuyến du lịch vì bão.
806 □	わけ	どうして 妹（いもうと）が 泣（な）いて いるのか、わけが わかりません。
名	**reason, explanation** **lý do**	I don't know why my little sister is crying. Tôi không hiểu lý do tại sao em gái tôi khóc.

807 □ 動	さそう	パーティーに マリアさんも さそいましょう。
	to invite **mời**	Let's invite Maria-san to the party, too. Hãy mời cả (chị) Maria đến bữa tiệc.

＋ さそい invitation / lời mời

808 □ 名	れんらく〈する〉	パーティーの 時間(じかん)を みんなに れんらくします。
	notice, communication **việc liên lạc**	I'm going to communicate the time of the party to everyone. Tôi sẽ liên lạc giờ giấc của bữa tiệc cho mọi người.
809 □ 動	(電話(でんわ)が) ある	国(くに)の 友(とも)だちから 電話(でんわ)が ありました。
	to have a call **có (điện thoại)**	There was a call from my friend from my home country. Tôi đã có điện thoại từ bạn trong nước.
810 □ 名	食事(しょくじ)〈する〉	来週(らいしゅう) みんなで 食事(しょくじ)しましょう。
	meal, dining **bữa ăn**	Let's have a meal with everyone next week. Tuần tới mọi người cùng nhau dùng bữa nào.
811 □ 名	参加(さんか)〈する〉	来週(らいしゅう)の 社員旅行(しゃいんりょこう)に 参加(さんか)します。
	participation **sự tham gia**	I'm going to participate in the employee trip next week. Tôi sẽ tham gia chuyến du lịch của công ty tuần tới.

＋ 参加者(さんかしゃ) participant / người tham gia

812 □ 名	都合(つごう)	来週(らいしゅう)の みなさんの 都合(つごう)を 教(おし)えて ください。
	convenience, schedule **giờ giấc thuận tiện, sự thuận tiện**	Everyone, please tell me your schedules for next week. Hãy cho biết giờ giấc thuận tiện vào tuần tới của mọi người.
813 □ 名	予定(よてい)	連休(れんきゅう)には 北海道(ほっかいどう)を 旅行(りょこう)する 予定(よてい)です。
	plan **dự định**	I plan to take a trip to Hokkaido during the extended weekend. Tôi dự định đi du lịch Hokkaido dịp nghỉ dài ngày.

＋ 予定表(よていひょう) itinerary, schedule / bảng dự dịnh

814 □	相手(あいて)	さっきの 電話(でんわ)の 相手(あいて)は 母(はは)です。

名	partner, opponent, person đối phương, người kia	The person who called just now was my mother. Người nói chuyện điện thoại lúc nãy là mẹ tôi.

➕ 遊び相手（あそびあいて） play mate / người cùng chơi・話し相手（はなしあいて） conversation partner / người cùng nói chuyện・相談相手（そうだんあいて） consultation partner / người tư vấn, thảo luận

815 □	機会（きかい）	このごろ、お酒（さけ）を 飲（の）む 機会（きかい）が ふえました。
名	**chance, opportunity** **cơ hội, dịp**	Nowadays, I have more opportunities to drink alcohol. Gần đây, những dịp uống rượu tăng lên.

= チャンス

気持ち(きもち)

Feelings / Cảm giác

816 □ イ形	うれしい **happy, glad** **vui mừng**	彼(かれ)に 指輪(ゆびわ)を もらって、とても うれしいです。 I was really happy to get a ring from him. Tôi rất vui khi được người yêu tặng nhẫn.
817 □ 動	笑(わら)う **to laugh, to smile** **cười**	いつも 笑(わら)って いれば、いいことが ありますよ。 Something good is bound to happen if you're always smiling. Nếu lúc nào cũng mỉm cười thì sẽ có việc tốt lành đấy.

➕ 笑(わら)い声(ごえ) laugh, laughter / tiếng cười・笑顔(えがお) smiling face / nụ cười

818 □ 名 ナ形	しあわせ〈な〉 **happiness, fortune/ fortunate, happy** **niềm hạnh phúc (hạnh phúc)**	しあわせは どんな 色(いろ)だと 思(おも)いますか。(名) 家族(かぞく) みんな、けんこうで しあわせです。(ナ形) What color do you think happiness is? Everyone in my family is in good health and happy. Bạn nghĩ hạnh phúc có màu gì? Mọi người trong gia đình đều mạnh khỏe, hạnh phúc.
819 □ ナ形	楽(らく)な **easy, comfortable** **khỏe, dễ dàng, thoải mái**	家(いえ)で 休(やす)むのに 楽(らく)な いすが ほしいです。 I want a comfortable chair to rest in at home. Tôi muốn có một cái ghế thoải mái để nghỉ ngơi tại nhà.
820 □ 名 ナ形	安心(あんしん)〈な／する〉 **relief/secure, stable** **sự yên tâm (yên tâm)**	なくした さいふが 見(み)つかって、安心(あんしん)しました。(名) 友(とも)だちが 近(ちか)くに 住(す)んで いれば、安心(あんしん)です。(ナ形) I was relieved to find the wallet I had lost. It would be a relief if I had a friend that lived nearby. Tôi yên tâm khi chiếc ví đánh mất được tìm thấy. Nếu có bạn sống gần bên thì yên tâm.

821 □	信じる（しん）	彼（かれ）の ことばを 信じて（しん） います。
動	**to believe, to trust** **tin, tin tưởng**	I believe his words. Tôi tin lời anh ấy.
822 □	祈る（いの）	世界（せかい）の 平和（へいわ）を 祈って（いの） います。
動	**to pray** **cầu nguyện, cầu chúc**	I pray for world peace. Tôi nguyện cầu cho hòa bình của thế giới.

➕ 祈り（いの） prayer / lời cầu nguyện, sự cầu nguyện

823 □	かなしい	友（とも）だちが 帰国（きこく）して、とても かなしいです。
イ形	**sad** **buồn bã**	My friend went back to her home country, so I'm very sad. Bạn tôi về nước nên tôi rất buồn.
824 □	さびしい	日本（にほん）へ 来（き）てから 1か月（いっげつ）くらい とても さびしかったです。
イ形	**lonely** **buồn, cô đơn**	I was so lonely for about a month after I came to Japan. Khi đến Nhật, khoảng 1 tháng tôi đã rất buồn.
825 □	泣く（な）	電車（でんしゃ）で 赤（あか）ちゃんが 泣いて（な） いました。
動	**to cry, to weep** **khóc**	A baby was crying on the train. Em bé khóc trên tàu điện.
826 □	なみだ	動物（どうぶつ）の 映画（えいが）を 見（み）て、なみだが 出（で）ました。
名	**tear** **nước mắt**	I saw a movie about animals and cried. Xem phim động vật tôi đã chảy nước mắt.
827 □	心配（しんぱい）〈な／する〉	何（なに）も 心配（しんぱい）しなくて いいですよ。(名) 試験（しけん）に 合格（ごうかく）できるかどうか、とても 心配（しんぱい）です。(ナ形)
名 ナ形	**worry, unease/** **worrisome, uneasy** **sự lo lắng (lo lắng)**	You don't have to worry about anything. I'm worried about whether I'll be able to pass the test. Không phải lo lắng gì cả. Tôi rất lo lắng không biết có đậu kỳ thi hay không.

828 □	つまらない	その 映画(えいが)は つまらなかったです。
イ形	**boring, not interesting** **chán, tẻ nhạt**	That movie was boring. Bộ phim đó rất chán.
829 □	がっかり〈する〉	好(す)きだった 俳優(はいゆう)が 結婚(けっこん)して、がっかりしました。
副	**disappointment** **sự thất vọng**	I was disappointed to hear that an actor that I liked got married. Diễn viên tôi yêu thích đã kết hôn nên tôi rất thất vọng.
830 □	あきらめる	何(なん)でも かんたんに あきらめては いけません。
動	**to give up** **từ bỏ, bỏ cuộc**	You mustn't give up on everything so easily. Không được dễ dàng bỏ cuộc bất kỳ điều gì.
831 □	きんちょう〈する〉	きのうの スピーチは とても きんちょうしました。
名	**nervousness** **sự căng thẳng, hồi hộp**	I was really nervous during my speech yesterday. Bài hùng biện hôm qua tôi đã rất hồi hộp.
832 □	はずかしい	かんたんな 漢字(かんじ)が 読(よ)めなくて、はずかしいです。
イ形	**embarrassing, shameful** **mắc cỡ, xấu hổ**	I'm embarrassed that I can't read simple kanji. Tôi xấu hổ khi không thể đọc được những chữ Kanji đơn giản.
833 □	びっくり〈する〉	A「田中(たなか)さんの 家(いえ)に 1000万円(いっせんまんえん)の 皿(さら)が あるそうですよ。」 B「えー、それは びっくりですね。」
名	**surprise** **sự ngạc nhiên, bất ngờ, giật mình**	A: I hear there is a 10,000,000-yen plate at Tanaka-san's house. B: What? That's a surprise! A: Nghe nói ở nhà anh/chị Tanaka có cái đĩa 10 triệu yên đấy. B: Hả, nghe giật mình nhỉ.
834 □	おどろく	夜中(よなか)に 道(みち)で 大(おお)きな 声(こえ)が して、おどろきました。
動	**to be surprised, to be astonished** **giật mình, ngạc nhiên**	I was surprised by a loud voice on the street in the middle of the night. Nửa đêm tôi đã giật mình vì tiếng nói to ở ngoài đường.
835 □	怒(おこ)る	父(ちち)は 怒(おこ)ると、顔(かお)が 赤(あか)く なります。

動	to get angry tức giận, giận dữ	When my father gets angry, his face turns red. Cha tôi hễ tức giận thì mặt trở nên đỏ.
836 □	気分（きぶん）	早起き（はやお）きした日（ひ）は気分（きぶん）がいいです。
名	**mood, feeling** **tâm trạng, cảm giác**	On day when I wake up early, my mood is good. Ngày nào dậy sớm thì cảm giác sảng khoái.
837 □	気分が悪い（きぶんがわるい）	けさから気分（きぶん）が悪（わる）いです。
イ形	**bad mood** **tâm trạng xấu, cảm giác khó chịu**	I've been feeling bad since this morning. Từ sáng (nay) tôi đã cảm thấy khó chịu.

Used when one is not feeling well, or if something bad or unsettling has happened
Dùng khi tình trạng cơ thể không tốt. Hoặc cũng có thể dùng trong trường hợp có điều gì đó khó chịu, trạng thái tinh thần không tốt.

838 □	心（こころ）	体（からだ）も心（こころ）もけんこうです。
名	**heart, mind, spirit** **trái tim, tinh thần, tâm hồn**	My body and my mind are healthy. Cả cơ thể lẫn tinh thần đều khỏe mạnh.

➕ 心（こころ）から～ ~ from one's heart / từ trái tim ~

839 □	ストレス	ストレスがない人（ひと）はいません。
名	**stress** **căng thẳng**	There is no one who is without stress. Không có người nào mà không bị căng thẳng.
840 □	ホームシック	ときどきホームシックで泣（な）いています。
名	**homesick** **nhớ nhà**	Sometimes I get homesick and cry. Thỉnh thoảng tôi khóc vì nhớ nhà.

Section 4

副詞もおぼえよう！①

Let's Learn Adverbs, Too! ① / Hãy ghi nhớ cả phó từ! ①

841 □	かならず	宿題を 明日 かならず 持ってきて ください。
副	**absolutely, be sure to ~** **nhất định**	Please be sure to bring your homework tomorrow. Nhất định ngày mai hãy đem bài tập đến.
842 □	きっと	がんばれば、きっと 合格できる でしょう。
副	**surely** **chắc chắn**	If you do your best, I'm sure you'll pass. Nếu cố gắng chắc chắn sẽ thi đậu.
843 □	しっかり［と］〈する〉	ポスターを しっかり はって ください。
副	**tightly, firmly, strongly** **chắc, chắc chắn**	Please hang the poster securely. Hãy dán áp phích thật chắc.
844 □	きちんと〈する〉	本は 本だなに きちんと 返して ください。
副	**neatly, accurately** **đàng hoàng**	Please put the books back neatly on the bookshelf. Hãy trả sách lại kệ sách đàng hoàng.
845 □	ちゃんと〈する〉	トイレを 出たら、ちゃんと 電気を 消しましょう。
副	**properly** **đàng hoàng**	Be sure to turn off the light when you leave the bathroom. Ra khỏi nhà vệ sinh thì hãy tắt đèn đàng hoàng.

☞ Used primarily in conversation / văn nói

846 □	ぜったい［に］	明日の 試合は ぜったいに 勝ちたいです。
副	**absolutely** **nhất định**	I absolutely want to win the match tomorrow. Tôi nhất định muốn thắng trận đấu ngày mai.
847 □	ぜひ	日本へ 来るときは ぜひ 私に れんらくして ください。

副	**certainly, without fail** **nhất định (làm gì đó)**	Please be certain to contact me when you come to Japan. Khi đến Nhật, nhất định hãy liên lạc cho tôi.
848 □	できるだけ	台風(たいふう)が 来(き)ますから、できるだけ 早(はや)く 帰(かえ)りましょう。
副	**as much as possible** **trong khả năng có thể**	A typhoon is coming, so please try to go home as soon as possible. Vì bão sẽ đến nên hãy về sớm trong khả năng có thể (càng sớm càng tốt).
		＝ なるべく
849 □	はっきり［と］〈する〉	晴(は)れた 日(ひ)は 富士山(ふじさん)が はっきり 見(み)えます。
副	**clearly** **rõ ràng**	On clear days, Mt. Fuji can be seen clearly. Ngày nắng đẹp sẽ thấy rõ núi Phú Sỹ.
850 □	ずいぶん［と］	ずいぶん 日本語(にほんご)が 上手(じょうず)に なりましたね。
副	**fairly, quite** **nhiều**	You've gotten quite good at Japanese. Tiếng Nhật đã giỏi lên nhiều nhỉ.
851 □	かなり	あの フランス料理(りょうり)の 店(みせ)は かなり 高(たか)そうです。
副	**pretty, quite** **khá là**	That French restaurant looks pretty expensive. Tiệm ăn Pháp đó có vẻ khá là đắt.
852 □	だいぶ	日本人(にほんじん)の 考(かんが)え方(かた)が だいぶ わかって きました。
副	**largely** **nhiều**	I've come to largely understand the Japanese people's way of thinking. Tôi đã phần nào hiểu ra nhiều cách suy nghĩ của người Nhật.
853 □	もっと	もっと がんばらないと、合格(ごうかく)できませんよ。
副	**more, ~er** **hơn nữa**	You won't be able to pass if you don't try harder. Nếu không cố gắng hơn nữa thì không thể thi đậu đâu đấy.

854 ☐	だいたい	レポートは だいたい 終(お)わりました。
副	**mostly** **đại khái, gần như, hầu như**	The report is mostly finished. Bài báo cáo đại khái đã xong.
855 ☐	たいてい	休(やす)みの 日(ひ)は たいてい 家(いえ)に います。
副	**usually** **gần như, hầu như**	On my days off, I usually stay at home. Ngày nghỉ tôi hầu như ở nhà.
856 ☐	たまに	たまに 近所(きんじょ)の レストランへ 行(い)きます。
副	**occasionally** **đôi khi**	Occasionally, I go to restaurants in the neighborhood. Đôi khi tôi đi nhà hàng gần nhà.
857 ☐	ぜんぜん	日本語(にほんご)の ニュースが ぜんぜん わかりませんでした。
副	**(not) at all, completely** **hoàn toàn (không)**	I don't understand Japanese news at all. Tôi đã hoàn toàn không hiểu tin tức tiếng Nhật.
858 ☐	けっして	この 絵(え)には けっして さわらないで ください。
副	**never, absolutely (not)** **nhất định (không)**	Please don't ever touch this painting. Nhất định xin đừng rờ vào bức tranh này.
859 ☐	ちっとも	日本語(にほんご)の ニュースは ちっとも わかりません。
副	**not even a little** **một chút cũng (không)**	I don't understand Japanese news even a little bit. Tôi chẳng hiểu tí gì tin tức tiếng Nhật.

Used primarily in conversation / văn nói

860 ☐	まだ	①この 辞書(じしょ)は まだ 使(つか)って います。 ②私(わたし)は まだ 昼(ひる)ごはんを 食(た)べて いません。
副	**still, (not) yet** **vẫn còn, vẫn chưa**	① I'm still using this dictionary. ② I haven't eaten lunch yet. ① Tôi vẫn còn sử dụng quyển tự điển này. ② Tôi vẫn chưa ăn cơm trưa.

① still continuing; ② (not) yet / ① bây giờ cũng (tiếp tục) ② vẫn..chưa (phủ định).

861 ☐	ほとんど	漢字(かんじ)を 勉強(べんきょう)したのに、ほとんど わすれました。

副	mostly hầu như, hầu hết	Even though I studied kanji, I've mostly forgotten it. Tôi đã học chữ Kanji vậy mà quên hầu hết.
862 □	なかなか	雪(ゆき)で バスが なかなか 来(き)ません。
副	**considerably, rather, (not) really** **mãi vẫn (không)**	Buses aren't really running due to the snow Vì trời tuyết nên xe buýt mãi không đến.

Section 5

副詞もおぼえよう！②

Let's Learn Adverbs, Too! ② / Hãy ghi nhớ cả phó từ! ②

863 急に(きゅう) 副	午後(ごご) 急に(きゅう) 空(そら)が 暗(くら)く なりました。
suddenly **đột ngột, thình lình, bất ngờ**	The sky suddenly got dark in the afternoon. Buổi chiều trời đột ngột trở tối.
864 しばらく 副	しばらく お待(ま)ちください。
for a while, for a bit **một lúc, một chút**	Please wait for a bit. Vui lòng chờ cho một chút.
865 ずっと 副	①ずっと 日本(にほん)へ 留学(りゅうがく)したいと 思(おも)って いました。 ②妹(いもうと)は 私(わたし)より ずっと 頭(あたま)が いいです。
continuously, for a long time **suốt, luôn, hẳn**	① I had always wanted to go on an exchange to Japan. ② My younger sister is much smarter than I am. ① Tôi đã muốn du học Nhật Bản lâu nay. ② Chị tôi thông minh hơn hẳn tôi.

① for a long time; ② comparing two things to find a large difference
① thời gian dài ② khoảng cách, khác biệt lớn khi so sánh 2 thứ.

866 そのまま 副	ぬいだ コートが そのまま 置(お)いて あります。
as is, just like that **cứ như thế**	The coat I took off is still lying just as I left it. Chiếc áo choàng cởi ra vẫn được để nguyên như thế.
867 そろそろ 副	もう 9時(じ)ですから、そろそろ 帰(かえ)ります。
soon **sắp sửa, chuẩn bị (chỉ thời gian)**	It's already 9:00, so I'm going home soon. Đã 9 giờ rồi nên tôi chuẩn bị về.
868 とうとう 副	あの 二人(ふたり)は よく けんかしていましたが、 とうとう 別(わか)れて しまいました。
finally, ultimately **cuối cùng**	Those two fight often, and they've finally broken up. Hai người đó thường cãi nhau và cuối cùng đã chia tay mất rồi.

869 □	やっと	結婚(けっこん)したい 人(ひと)に やっと 会(あ)えました。
副	**at last, finally** **cuối cùng (đạt được)**	I finally met someone I want to marry. Cuối cùng tôi đã gặp được người mình muốn kết hôn.
870 □	たしか	明日(あした)の 会議(かいぎ)は たしか 3時(じ)からだと 思(おも)います。
副	**certainly, surely** **đúng là**	I'm sure the meeting tomorrow starts at 3:00. Tôi nhớ đúng là buổi họp ngày mai bắt đầu từ 3 giờ.
		➕ たしかに certainly, surely / đúng là, chính xác là
871 □	どうも	兄(あに)は どうも うれしい ことが あった ようです。
副	**somehow, seemingly** **có vẻ, xem ra, hình như**	It would seem that something good has happened to my brother. Hình như anh tôi có chuyện vui.
872 □	たとえば	お正月(しょうがつ)に アジア、たとえば タイに 行(い)きたいです。
副	**for example** **ví dụ**	During New Year's, I want to travel somewhere in Asia, like Thailand for example. Ngày Tết, tôi muốn đi châu Á, ví dụ Thái Lan.
873 □	直接(ちょくせつ)	あなたから 直接(ちょくせつ) 彼女(かのじょ)に 話(はな)して ください。
副	**direct** **trực tiếp**	Please talk to her yourself directly. Bạn hãy nói chuyện trực tiếp với cô ấy.
		➕ 直接的(ちょくせつてき)な directly / một cách trực tiếp
874 □	特(とく)に	あまい物(もの)の 中(なか)で、特(とく)に ケーキが 大好(だいす)きです。
副	**especially** **đặc biệt**	Among sweet things, I especially love cakes. Trong các món ngọt, đặc biệt tôi rất thích bánh kem.
875 □	どんどん	留学生(りゅうがくせい)が どんどん ふえて います。
副	**steadily, rapidly** **dần dần, đều**	The number of exchange students is steadily increasing. Du học sinh dần dần tăng lên.

876 □	なるほど	A「この 本(ほん)は 練習問題(れんしゅうもんだい)も あって、いいですよ。」 B「なるほど。よさそうですね。」
副	I see thì ra là vậy	A: This book is good because it also has practice questions. B: I see. That does look good. A: Quyển sách này có bài luyện tập nên tốt đấy. B: Ra là vậy, có vẻ tốt nhỉ.

☞ Be careful not to use this with people of higher social standing than yourself, as it can be rude / Dùng với người trên thì thất lễ nên hãy lưu ý.

877 □	はじめて	先月(せんげつ) はじめて、北海道(ほっかいどう)へ 行(い)くことが できました。
副	first, for the first time lần đầu tiên	I was able to go to Hokkaido for the first time last month. Tháng trước lần đầu tiên tôi được đi Hokkaido.
878 □	はじめに	はじめに にんじんを 細(こま)かく 切(き)って ください。
副	at first, first đầu tiên, trước tiên	First, please finely chop the carrots. Trước tiên hãy cắt nhỏ cà rốt.
879 □	もし	もし 時間(じかん)が あったら、ランチを しませんか。
副	if, in the event of ~ nếu	If you have time, would you like to get lunch? Nếu có thời gian, đi dùng bữa trưa nhé.
880 □	もちろん	結婚式(けっこんしき)に 招待(しょうたい)されたら、 もちろん 出席(しゅっせき)したいです。
副	of course đương nhiên	If I'm invited to the wedding, I would of course like to attend. Nếu được mời dự lễ kết hôn, đương nhiên tôi muốn tham dự.
881 □	やはり	きのうの 試合(しあい)は やはり A(エー)チームが 勝(か)ちましたね。
副	as expected như dự đoán, đúng là	As expected, Team A won the match yesterday. Trận đấu hôm qua đúng như dự đoán đội A đã thắng nhỉ.

= やっぱり (Used primarily in conversation / văn nói)

882 □	実(じつ)は	実(じつ)は 来月(らいげつ)、帰国(きこく)する ことに なりました。
副	actually, the truth is ~ thật ra	Actually, I'll be going back to my country next month. Thật ra tháng tới tôi về nước.

Often placed at the head of the sentence, commonly used when asking someone for a favor「実は、おねがいが あるのですが……」
Cũng có thể dùng đặt đầu câu khi nhờ ai đó làm việc gì. Ví dụ: 実は、おねがいが あるのですが …… (Thật ra, tôi có chuyện muốn nhờ anh nhưng….)

883 □	いかが	コーヒーは いかがですか。
副	**how** **thế nào, thì sao (cách hỏi lịch sự)**	How would you like some coffee? Anh/chị uống cà phê chứ?

= どう

These terms are often used as an adverb. / Từ vựng dưới đây thường được dùng như phó từ.

884 □	いっしょうけんめい〈な〉	毎日(まいにち) いっしょうけんめい(に) 勉強(べんきょう)して います。(ナ形)
名 ナ形	**to one's best ability/ with all one's might** **sự cố gắng hết sức mình, sự nỗ lực (cố gắng hết mình, nỗ lực)**	I study as best as I can everyday. Hàng ngày tôi cố gắng học tập hết sức mình.
885 □	おおぜい	この 海(うみ)は 有名(ゆうめい)で、人(ひと)が おおぜい 来(き)ます。
名	**a great number of (something)** **sự đông đảo**	This beach is famous, so many people come here. Biển này nổi tiếng nên nhiều người đến.

Only used for people (おおぜいのりんご does not work)
Chỉ dùng cho người.「おおぜいのりんご」là cách dùng sai.

Section 6

接続詞もおぼえよう！

Let's Learn Conjugations, Too! / Hãy ghi nhớ cả từ nối!

886 □ 接続	だから	子どもが 大好きです。 だから、ようち園の 先生に なりたいです。
	therefore **vì vậy**	I love children. Therefore, I want to be a kindergarten teacher. Tôi rất thích trẻ con. Vì vậy, tôi muốn trở thành giáo viên mẫu giáo.

☞ A is the reason, and B is the result / A là lý do và kết quả là B.

887 □ 接続	それで	きのうは 熱が ありました。 それで、学校を 休みました。
	then, so **vì vậy**	I had a fever yesterday. So, I took the day off from school. Hôm qua tôi bị sốt. Vì vậy, tôi đã nghỉ học.

☞ A is the reason, and B is the result / A là lý do và kết quả là B.

888 □ 接続	または	電話 または メールで れんらくして ください。
	also, or **hoặc là, hay**	Please contact me by phone or e-mail. Hãy liên lạc bằng điện thoại hay e-mail.

☞ Used to mean "either A or B"; for interrogative sentences,「それとも」is used.
A hoặc là B.「それとも」được dùng trong câu nghi vấn.

889 □ 接続	それに	連休は ホテル代が 高いです。 それに、どこも 人が 多いです。
	besides **ngoài ra, đã vậy**	Hotel fairs are expensive during extended weekends. Besides, it's crowded no matter where you go. Kỳ nghỉ nhiều ngày liên tục thì tiền khách sạn mắc. Đã vậy chỗ nào cũng đông người.

☞ Used to mean "A is good, and B is even better" or "A is negative, and B is even worse."
A còn thêm B (Nếu A mang tính tích cực thì B cũng tích cực, nếu A mang tính tiêu cực thì B cũng tiêu cực).

890 □ そのうえ

彼(かれ)は ハンサムです。
そのうえ、とても お金持(かねも)ちです。

接続 **furthermore, in addition**
ngoài ra, còn nữa, lại còn

He's handsome. Furthermore, he's very rich.
Anh ấy đẹp trai. Lại còn rất giàu có.

Used to mean "A is good, and B is even better" or "A is negative, and B is even worse." Stronger than「それに」.
A còn thêm B (Nếu A mang tính tích cực thì B cũng tích cực, nếu A mang tính tiêu cực thì B cũng tiêu cực). Có ý nghĩa nhấn mạnh hơn「それに」.

891 □ すると

空(そら)が 急(きゅう)に 暗(くら)くなりました。
すると、大雨(おおあめ)が 降(ふ)って きました。

接続 **in such case, then**
thế là, thế rồi

The sky suddenly got dark. Then, it started raining heavily.
Bầu trời đột nhiên trở nên tối. Thế rồi, cơn mưa lớn ào đến.

Used to express that B has happened following A happening
Sau khi A xảy ra thì tiếp theo đó B xảy ra.

892 □ けれども

日本(にほん)は 住(す)みやすいです。
けれども、物価(ぶっか)が 高(たか)いです。

接続 **however, but**
nhưng, tuy nhiên

Japan is an easy place to live. But the cost of living is high.
Nhật Bản dễ sống. Nhưng vật giá đắt đỏ.

Used to express that A is a fact, but B is also true contrary to what A may have led you to believe.「けれど」and「けど」are also used in the same way.
A là sự thật nhưng là B. (B khác với những gì hình dung từ A). Cũng có thể dùng「けれど」,「けど」.

893 □ それなら

A「日本(にほん)に 来(き)たのは はじめてなんです。」
B「それなら、東京(とうきょう)を 案内(あんない)しますよ。」

接続 **then, if so, then ~**
nếu vậy, vậy thì

A: This is my first time coming to Japan.
B: Then let me show you around Tokyo.
A: Đây là lần đầu tiên tôi đến Nhật.
B: Nếu vậy, để tôi hướng dẫn (giới thiệu) Tokyo cho nhé.

Used when listening to someone and then giving advice or deciding something. For close family and friends,「じゃ」or「それじゃ」are used.
Nghe người khác nói chuyện rồi khuyên bảo hay quyết định chuyện gì đó. Trong hội thoại với bạn bè hay gia đình cũng có thể dùng「じゃ」,「それじゃ」.

894 □	ところで	A「きのうの 雨(あめ)は すごかったですね。」 B「ええ。ところで、明日(あした)の 夜(よる)は ひまですか。」
接続	**by the way** **nhưng này, à này, mà này**	A: The rain yesterday was terrible. B: Yeah. By the way, are you free tomorrow night? A: Cơn mưa hôm qua thật lớn nhỉ. B: Vâng. Mà này, tối mai bạn rảnh không?

Used to indicate a change of topics from the previous topic of conversation
Dấu hiệu thay đổi chuyển từ đề tài trước đó sang đề tài mới.

敬語 Polite Speech / Kính ngữ

▶ **ていねい語**　polite speech / từ lịch sự

「です」「あります」→ございます

こちらが Mサイズで ございます。

This is a medium size. / Đây là cỡ M (trung bình) ạ.

この Tシャツには Sサイズから XLサイズまで ございます。

This T-shirt is available in small to extra large sizes.

Cái áo sơ-mi này có từ cỡ S (nhỏ) đến cỡ XL (rất lớn) ạ.

▶ **お(ご)+名**

お金　お米　おはし　お酒　お茶

Adding these to nouns makes them appear more polite.

Nếu đi với danh từ, sẽ tạo ấn tượng lịch sự.

お名前　ご住所　お宅　お仕事

Used to show respect when used in regards to other people.

Khi dùng để nói về người khác, có ý nghĩa "tôn kính".

▶ **とくべつな敬語**　Special polite speech / Từ kính ngữ đặc biệt

そんけい語 Honorific speech / Từ tôn kính		けんじょう語 Humble speech / Từ khiêm nhường
いらっしゃる 明日は ご自宅に いらっしゃいますか。 Will you be home tomorrow? Ngày mai anh/chị có ở nhà không ạ?	いる	**おる** 明日は 一日中 家に おります。 I will be home all day tomorrow. Ngày mai tôi ở nhà cả ngày.
なさる お休みの 日は 何を なさいますか。 What do you do on your days off? Ngày nghỉ anh/chị làm gì ạ?	する	**いたす** そうじや せんたくを いたします。 I do things like cleaning or laundry. Tôi lau dọn và giặt giũ.
いらっしゃる 夏休みは どちらへ いらっしゃいますか。 Where will you be going during summer vacation? Kỳ nghỉ hè anh/chị đi đâu?	行く/来る	**まいる** 家族と シンガポールへ まいります。 I will be going to Singapore with my family. Tôi sẽ đi Singapore với gia đình.

おっしゃる お名前は なんと おっしゃいますか。 May I have your name, please? Tên của anh/chị là gì ạ?	言う	**もうす** 私は 田中と もうします。 My name is Tanaka. Tôi tên là Tanaka.
めしあがる 日本の お酒を めしあがりますか。 Would you like some Japanese sake? Anh/chị có dùng rượu Nhật Bản không?	食べる / 飲む	**いただく** はい、少し いただきます。 Yes, just a little please. Vâng, tôi xin một chút.
ごらんになる 京都の 写真を ごらんに なりますか。 Would you like to see some pictures of Kyoto? Anh/chị xem hình Kyoto không?	見る	**はいけんする** この本を はいけんしても よろしいですか。 May I look at this book? Tôi xem cuốn sách này có được không ạ?
ごぞんじだ きのうの 事故を ごぞんじですか。 Do you know about the accident that happened yesterday? Anh/chị có biết về tai nạn hôm qua không?	知って いる	**ぞんじて いる** はい、ぞんじて います。 Yes, I do (know about it). Vâng, tôi có biết. ☞いいえ、ぞんじません。 No, I didn't (know about it). Không, tôi không biết.
	会う	**お目にかかる** 先日 お父さまに お目に かかりました。 I saw your father the other day. Hôm trước, tôi đã được diện kiến bố của anh/chị.
	聞く / たずねる	**うかがう** ちょっとうかがいますが、駅へは どう行ったら いいですか。 I'd like to talk with you. How should I get to the station? / Cho tôi hỏi một chút ạ, làm thế nào để đi đến nhà ga ạ? 明日 午後 そちらに うかがいます。 I will visit you tomorrow in the afternoon. Chiều ngày mai tôi sẽ đến chỗ anh/chị. (Chiều ngày mai tôi sẽ đến đó ạ)

人(ひと)に あげる&人(ひと)から もらう

Giving things to people and receiving things from people

Cho (tặng) ai cái gì & nhận từ ai cái gì (được ai cho, tặng cái gì)

そんけい語(ご) Honorific speech / Từ tôn kính		けんじょう語(ご) Humble speech / Từ khiêm nhường
	あげる	**さしあげる** 先生(せんせい)に おみやげを さしあげました。 I gave the teacher a souvenir. Tôi đã tặng quà cho thầy/cô.
	もらう	**いただく** ・先生(せんせい)に（から） カードを いただきました。 I got a card from the teacher. Tôi đã nhận thiệp từ thầy (cô). ・先生(せんせい)に 本(ほん)を 貸(か)して いただきました。 I was lent a book by the teacher. Tôi đã được thầy/cô cho mượn sách.
くださる ・先生(せんせい)が カードを くださいました。 The teacher gave me a card. Thầy (cô) đã tặng thiệp cho tôi. ・先生(せんせい)が いろいろな 日本文化(にほんぶんか)を 教(おし)えて くださいました。 The teacher taught me many things about Japanese culture. Thầy/cô đã dạy nhiều về văn hóa Nhật Bản cho tôi.	くれる	

▶ **そんけい語** Honorific speech / Từ tôn kính

• お～になる　ご～になる　　～＝Vます形

社長は 明日から アメリカへ お出かけに なる 予定です。

The president plans to go on a business trip to America from tomorrow.

Giám đốc dự định đi Mỹ từ ngày mai.

「Nする」verbs from Verb III Group become「ご～になる」
Động từ nhóm III「N する」thì thành「ご～になる」.

部長は 今日の ミーティングに ご出席に なりますか。

Will the department head attend the today's meeting?

Trưởng phòng có tham dự buổi họp hôm nay không ạ?

• ～(ら)れる

今年の 夏休みは どこか 旅行に 行かれますか。

Where will you go for this year's summer vacation?

Kỳ nghỉ hè năm nay anh/chị có đi đâu du lịch không?

Ⅰグループ：Vない形＋れる
Ⅱグループ：Vます形＋られる
Ⅲグループ：される、こられる

• お～ください　ご～ください

こちらで 少々 お待ち ください。

Please wait here for a little while. / Xin vui lòng ở đây chờ cho một chút.

駅での おたばこは ごえんりょ ください。

Please do not smoke at the station. / Xin vui lòng không hút thuốc tại nhà ga.

お＋Vます形＋ください
ご＋Vます形＋ください

▶ けんじょう語(ご) Humble speech / Từ khiêm nhường

お〜する　ご〜する

ここから 駅(えき)まで 車(くるま)で お送(おく)りします。

I will take you to the station from here by car.

Tôi sẽ chở anh/chị từ đây ra ga.

明日(あす) こちらから ごれんらくします。

I will contact you tomorrow.

Ngày mai tôi sẽ liên lạc ạ.

This cannot be used with things you do for yourself.
Không sử dụng trong trường hợp làm gì đó cho bản thân.

ずっと ほしかった 本(ほん)を、きのう お買(か)いしました。×

I bought the book I had always wanted.

Hôm qua tôi đã mua cuốn sách ao ước bấy lâu. (X sai)

▶ 「わたし」？「わたくし？」

「私」can be read as「わたし」and「わたくし」, but in business and formal settings,「わたくし」is most commonly used.

「私」đọc là "watashi" hay "watakushi" nhưng trong giao tiếp trang trọng, lễ nghi và công việc thì phần lớn dùng "watakushi".

50音順単語索引 (おんじゅんたんごさくいん) Vocabulary Index in Syllabic Order / Danh mục từ vựng theo thứ tự 50 chữ cái tiếng Nhật

<著者>　アークアカデミー

1986年創立、日本語学校、日本語教師養成科の卒業生は1万人を超える。東京に2校、京都校、大阪校、ベトナムハノイ校がある。日本語を通して社会貢献できる人材育成を目指している。

監修　遠藤 由美子（えんどう ゆみこ）
早稲田大学大学院日本語教育研究科修士課程修了
アークアカデミー校長

執筆　山田 光子（やまだ みつこ）
立教大学文学部教育学科卒業
アークアカデミー日本語講師

協力　関 利器（せき りき）
アークアカデミー日本語専任講師

はじめての日本語能力試験
N4 単語　1500

2016年　5月16日　初版　第1刷発行
2018年　3月26日　初版　第3刷発行

著　者	アークアカデミー
翻訳・翻訳校正	Red Wind（英語） NGUYEN DO AN NHIEN（ベトナム語）
イラスト	花色木綿
装丁	岡崎裕樹
編集・DTP	有限会社ギルド
発行人	天谷修平
発行所	株式会社アスク出版 〒162-8558 東京都新宿区下宮比町 2-6 TEL 03-3267-6864　FAX 03-3267-6867 http://www.ask-books.com/
印刷・製本	日経印刷株式会社

ISBN978-4-87217- 982-8